मनाच्या वाटेवर...

शब्दांशी संवाद

डॉ. माधुरी

AF722389

© 2026 डॉ. माधुरी
सर्व हक्क राखीव
या पुस्तकातील कोणताही भाग लेखकाच्या परवानगीशिवाय
पुनर्मुद्रित, साठवला किंवा कोणत्याही स्वरूपात वापरला जाऊ नये.

अर्पणपत्रिका

माझ्या बाबांना...
ज्यांनी मला शब्दांची ओळख करून दिली,
विचारांना दिशा दिली,
आणि आयुष्य जगण्याची खरी शिकवण दिली...
तुमच्या संस्कारांच्या पायावर उभं राहूनच
मी हा शब्दांचा प्रवास करू शकले...
आज तुम्ही सोबत नसला,
तरी तुमची प्रत्येक शिकवण, प्रत्येक आठवण
माझ्या प्रत्येक शब्दात जिवंत आहे...
हे पुस्तक
तुमच्या पवित्र स्मृतींस अर्पण...

आभार प्रदर्शन

या पुस्तकाच्या प्रत्येक पानामागे अनेक माणसांचा आणि अनुभवांचा हात आहे. सर्वप्रथम, माझ्या कुटुंबाचे मनःपूर्वक आभार माझे पती डॉ. श्याम, माझा मुलगा देवेश, माझा भाचा ओजस, ओंकार आणि माझी भावंडे, वहिनी यांच्या प्रेम, मार्गदर्शन आणि धैर्यामुळे माझ्या लेखन प्रवासाला भक्कम आधार मिळाला.

माझ्या आई-वडिलांचे, सासू-सासऱ्यांचे, गुरुजनांचे आणि मार्गदर्शकांचेही मनःपूर्वक आभार ज्यांनी माझ्यासमोर विचारांचे नवे आयाम उघडले आणि प्रत्येक शब्दाच्या मूल्याची जाणीव करून दिली.

माझ्या सर्व मित्र-मैत्रिणी आणि वाचकांचेही मनापासून आभार ज्यांनी माझ्या लेखनावर प्रेम दर्शवलं, प्रेरणा दिली आणि मनाच्या तरंगातून उमललेल्या शब्दांना आपुलकीने वाचलं. तुमच्या प्रतिसादामुळेच ही यात्रा अर्थपूर्ण झाली.

आणि अर्थातच, जीवनातील प्रत्येक अनुभव आणि प्रत्येक नातं — आनंदाचं, वेदनेचं आणि शिकवण देणारं यांच्यामुळेच या पुस्तकाच्या जन्माला प्रेरणा मिळाली. हे आभार प्रदर्शन केवळ औपचारिक नाही, तर मनापासूनची कृतज्ञता आहे. प्रत्येक क्षण, प्रत्येक साथ आणि प्रत्येक भावना जी या पुस्तकात प्रतिबिंबित झाली आहे, तिच्या सन्मानार्थ.

— डॉ. माधुरी

प्रस्तावना

कधी कधी आयुष्याच्या वाटेवर चालताना आपण थांबतो...
आणि नकळत स्वतःशीच संवाद साधू लागतो.
हे पुस्तक अशाच काही थांब्यांचं, काही प्रश्नांचं, काही उत्तरांचं...
आणि सर्वात महत्त्वाचं म्हणजे — मनाशी आणि शब्दांशी झालेल्या संवादाचं प्रतिबिंब आहे.

लिहिणं हा माझ्यासाठी कधी उद्देश नव्हता...
ती हळूहळू सवय बनली, आणि त्या सवयीचं रूपांतर एका सुंदर प्रवासात झालं.
जेव्हा मनात विचारांची गर्दी व्हायची, भावना ओसंडून वाहायच्या,
तेव्हा शब्दच माझा आधार बनले...

कधी कागदावर उतरले, तर कधी मनातच रेंगाळत राहिले.
या पुस्तकातील प्रत्येक कथा, प्रत्येक कविता ही केवळ कल्पना नाही...
तर ते कुठेतरी जगलेले क्षण आहेत, अनुभवलेल्या भावना आहेत,
आणि काही वेळा — न बोलता आलेल्या गोष्टींची अभिव्यक्ती आहे.
या वाटेवर मला अनेक नाती भेटली...

काही जपली गेली, काही हरवली,
आणि काहींनी आयुष्याला नवीन अर्थ दिला.
या सगळ्या अनुभवांतूनच हे शब्द जन्माला आले.
हे पुस्तक लिहिताना एक गोष्ट मात्र स्पष्ट जाणवली —
आपण सगळेच कुठे ना कुठे स्वतःला शोधत असतो...
आणि त्या शोधात कधी कथा जन्म घेतात, तर कधी कविता

अनुक्रमणिका

कविता

माय मराठी

माय मराठी
मराठी आमची शान,
मराठी आमचा अभिमान,
मराठी आमचा सन्मान —
सौंदर्याची अखंड खाण...

ज्ञान, संस्कृती, परंपरेचा ठेवा,
शब्दांत दडलेला भावनांचा मेवा;
अशी गोड मायबोली आपली,
जपू या तिला जीवापाड सर्वांनी...

करू या मराठीचे रक्षण,
देऊ पुढच्या पिढीला संस्कारांचे दान;
“उतू नका, मातू नका” —
मायबोलीला कधी विसरू नका...

इतकी समृद्ध, इतकी महान,
तरीही आज शोधते आपुला मान;
या आपल्या हातून घडू दे काम —
मराठीला देऊ पुन्हा सुवर्णस्थान...

स्वतःचा दीप

चढले इमले, वाढले पगाराचे आकडे,
तरी चिंताग्रस्त मन
घालतं देवाला साकडे...

नीती-माणुसकी जणू झाली वावडी,
अनिश्चिततेची सावली
पसरली सगळीकडे...
"कोणी तरी येईल, दाखवेल
दिशा..."
ही आस मनात धरू नका;
विचारांना कृतीची जोड देत,
ध्येय आपलं गाठू चला...

स्वतःच स्वतःचा दीप होऊन
मार्ग आपुला उजळू चला;
हातात हात घेऊन सारे,
स्वप्न आपुले साकारू चला...

एकमेकांच्या साथीने
विश्वासाची वीण गुंफू चला;
एकतेच्या या शक्तीने
ध्येय आपले गाठू चला...

माझं सौभाग्य

आहात तुम्ही म्हणून जगणं सुंदर वाटतं,
तुमच्या अस्तित्वाने मन पुन्हा फुलतं.
संकटातही असतो हातात तुमचा हात,
म्हणूनच धैर्याने चालते माधुरी ती वाट.

तुमच्या हास्यात माझं घर आहे,
अन् अलगद मिठीत माझं सारं जग आहे.
सुख-दुःखाच्या या प्रवासात,
तुम्हीच माझा श्वास आणि तुम्हीच विश्वास.

रोजच्या साध्या जगण्यातही,
तुमच्यामुळे रंग भरतात खास.
तुमच्या फक्त असण्याने,
साऱ्या चिंता हळूच कुठेतरी दूर पळतात.

सभोवताली आहेत माणसं कितीतरी,
पण माझ्यासाठी तुम्हीच आहात खास.
माझ्या प्रत्येक प्रार्थनेत,
तुमच्याच नावाचा सुवास.

तुम्हीच माझा आधार,
तुम्हीच माझी शक्ती आहात.
आयुष्याच्या रणरणत्या उन्हात,

सावली देणारे छत्र आहात.

देवाकडे एकच मागणं —
जन्मोजन्मी असाच हात माझ्या हातात असू दे;
कारण तुमच्याविना मी...
माझी उरणारच नाही...

आपल्या संसारवेलीवरचं एक सुंदर पुष्प —
देवेश नाव त्याचं.
करून मन घट्ट, धाडलं त्याला परदेशात,
आता एकमेकांच्या साथीने
उभारूया त्याच्या आयुष्याची गुढी;
कृतकृत्य होऊया
याची देही याची डोळा.

देव... एक अनुभूती

आज मला देव दिसला...

बसने जाताना
आजीबाईंना आपली जागा देणाऱ्या त्या तरुणात,
अंधाला रस्ता ओलांडून देणाऱ्या
त्या हळव्या तरुणीत,

मुलीवर हात उचलणाऱ्या
दारुड्या नवऱ्याच्या कानशिलात
वाजवणाऱ्या आईमध्ये,

पोटचा मुलगा गमावूनही
त्याचे अवयव दान करणाऱ्या
महान दात्यामध्ये,

तप्त उन्हात उभा राहून
आपल्यावर सावली धरून
ठेवणाऱ्या
त्या वृक्षात...

तेव्हा जाणवलं —
परमेश्वर एखादी व्यक्ती नाही,
तर एक जिवंत संकल्पना आहे.

ईश्वर आपल्या प्रत्येकात आहे,
फक्त त्याला ओळखायचं आहे,
जागं करायचं आहे.

ज्या दिवशी हे सगळ्यांना समजेल,
त्या दिवशी जग बदललेलं असेल.
जर प्रत्येकाला हे उमजलं,
तर वाईटाचा जन्मच होणार नाही...

आणि कोणालाही सांगावं लागणार नाही —
“आम्हाला युद्ध नको...
आम्हाला बुद्ध हवाय!”

पाऊसधारा

(एकाच सरीत अनेक नात्यांची ऊब दडलेली असते.)

कधी वाटते प्रेयसी —
आवेगाने
प्रियकराच्या कुशीत विसावणारी...

कधी वाटते माता —
वात्सल्याने
बाळाला अलगद जोजवणारी...

कधी वाटतो भाऊ —
बहिणीच्या रक्षणासाठी
खंबीर उभा राहणारा...

तर कधी असते बहीण —
आईच्या मायेने
निगुतीने जपणारी...

कधी ती धारा गुरु बनते —
शांतपणे
जीवनमार्ग दाखवणारी...

कधी वाटतो खरा मित्र —
सुख-दुःखातही

हातात हात देऊन चालणारा...

आणि कधी —
तीच धारा होते परमेश्वर,
नवजीवनाची, नवसंजीवनीची
अमृतधारा बनणारी...

निसर्गाच्या कुशीत
सर्व रंग मुक्तपणे उधळणारी...

सखा

एक सखा —

मनापासून समजून घेणारा,
डोळ्यांतले न बोललेले भाव
ओळखणारा;

पापणीआड दडलेले अश्रू
नकळत जाणणारा...

ओठांवरून निसटणारे शब्द जपणारा,
मनात दडलेले दुःख अलगद टिपणारा;

कोणत्याही परिस्थितीत
तुम्हाला कधीच "जज" न करणारा...

तुमच्या चुकांवर पांघरूण न घालणारा,
तरीही कधीच साथ न सोडणारा;

तुमच्या आनंदात चिंब भिजणारा,
तुमच्या अस्तित्वानेच फुलून जाणारा...

इथे नसतं देणं-घेणं,
असते फक्त समर्पणाची भावना...

जशी राधेला लाभली साथ कान्ह्याची,
तसाच हा सखा —
नात्यांच्या पलीकडचा,
भावनांनी जोडलेला...

कधी मित्र,
कधी पती,
कधी मुलगा बनून साथ देणारा;
कारण इथे नातं नसतं शब्दांचं,
इथे असतो फक्त —
भावनांचा पवित्र बंध...

दवबिंदूचा प्रवास

निसर्गाच्या लेखणीने लिहिलेली
एक गोष्ट —
"वाया काहीच जात नाही," हीच
त्याची ओळख खास...

पहाटेच्या शांत कुशीत
जन्मतो दवबिंदू लहानसा;
फुलांच्या पाकळ्यांवर विसावतो,
थरथरत निरागससा...

पाकळीही त्याला अलगद मिठीत
घेते,
क्षणिक का होईना,
पण त्याला आसरा देते...

पण स्थिर राहणं त्याच्या नशिबात
नसतं,
त्याच्या अस्तित्वाला
सूर्यकिरणांची ओढ असते...

सूर्यस्पर्श होताच
तो हळूहळू विरघळतो;
नष्ट झाला असं वाटतं,

पण तोच आकाशात उंच झेपावतो...

ढगांच्या रूपात पुन्हा तो फिरून येतो,
नव्या जन्मासाठी
पुन्हा पृथ्वीवर बरसून जातो...

असा हा प्रवास —
क्षणभंगुर, पण अखंड...

निसर्ग शिकवतो —
प्रत्येक अंतातच दडलेला असतो
नव्याने एक सुंदर आरंभ...

सय - मुलाची

वाटतं उठूनिया तुझ्यापाशी यावं,
अलगद तुला माझ्या मिठीत घ्यावं...

खंत मनाशी दाटून येते कधी,
बालपण तुझं निसटून गेलं कधी.
तुझ्या सवे जगायचे कितीतरी क्षण,
हातातून सरले अलगद, नकळत
क्षणोक्षण.

ओंजळीत माझ्या अजूनही आहेत,
तुझ्या लहानपणाच्या गोड आठवणी
साठवलेल्या.

बालपण तुझं असं दूर निघून गेलं,
आईचं जगही जणू रिकामं झालं...

तुझ्या जगातून आई हरवेल का रे?
मोठेपणी तुला आई आठवेल का रे?

दूर देशात असलास तरी
माझी साद ऐकशील ना रे?
आईच्या या प्रेमाच्या ओढीला
हळूच प्रतिसाद देशील ना रे?

तुझ्याविना घर सगळं भकास वाटतं,
प्रत्येक क्षण तुझीच आठवण जागवतं...

पण एक फोन तुझा आला की
सगळं जग पुन्हा बहरून जातं...

हो... पुन्हा बहरून जातं...

आठवण

कधी आठवण लपलेली असते
हृदयाच्या बंद कप्प्यात...

कधी आठवण लपलेली असते
वसंतातल्या गुलमोहरात...

तर कधी ती लपलेली असते
झोकाळलेल्या आभाळात...

कधी ती लपलेली असते
बहरलेल्या चैत्र पालवीत...

कधी ती लपलेली असते
मंद सुगंध दरवळीत...

या साऱ्या भोवती फिरतो
श्वास आपुला मंद, धुंद...

अन् मग यातूनच दरवळतो
तो आठवणींचा बकुळ गंध...

अर्ध्यावरती साथ सोडली

स्नेहबंधातली सखी अन सोबती,
अर्ध्यावरती साथ सोडली... उरले मी एकटी.

गरज होती विश्वासाची,
गरज होती त्या सोबतीची...
पण का कुणास ठाऊक,
अर्ध्यावरती साथ सोडली... उरले मी
एकटी.

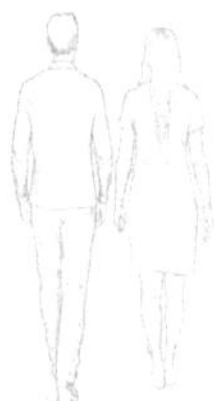

खात्री होती तुझ्या साथीची,
आस होती तुझ्या शब्दांची,
आणि प्यास तुझ्या स्वरांची...
तरीही न कळत कधी,
अर्ध्यावरती साथ सोडली... उरले मी
एकटी.

मन माझं झालं खिन्न,
हृदयही झालं विदीर्ण...
घाव बसला मर्मी असा,
की शब्दही झाले निःशब्द —
अर्ध्यावरती साथ सोडली... उरले मी
एकटी.

हूरहूर मनातली

गाभाऱ्यातील फुलांना
हळुवारपणे कुरवाळायचं,
की टोचणाऱ्या काट्यांना आठवत
विव्हळत रडायचं?

सभोतालच्या सौंदर्याचं
अनिमेष नेत्रांनी रसपान करायचं,
की उकिरड्याकडे बघत
नाक मुरडायचं?

अर्धा ग्लास भरलेला बघून सुखावायचं,
की रिकाम्या ग्लासाकडे बघून
अश्रू टिपायचे?

दिवस आणि रात्र —
एकाच नाण्याच्या दोन बाजू;
एक आहे म्हणूनच
दुसऱ्याचं अस्तित्व जाणवतं.

आयुष्य सुंदर आहे...
त्यातलं सौंदर्य टिपायचं,
टिपत राहायचं...
टिपत राहायचं...

कृष्ण मज भेटला

कृष्ण मज भेटला
कृष्ण मज भेटला...

बालकाच्या निरागस हास्यात,
अन् मातेच्या वात्सल्यात;
बापाच्या निःसीम त्यागात,
कुणा एकाच्या पापणीआड दडलेल्या
आसवात...

त्याच्या चेष्टा-मस्करीत,
तिच्या रुसव्या-फुगव्यात...

यादी लांबतच जाईल,
कारण कृष्ण नाही एक व्यक्ती —
ती आहे एक शक्ती...

अणूपासून ब्रह्मांडापर्यंत
सर्वदूर व्यापलेली —
एक शक्ती...
एक शक्ती...

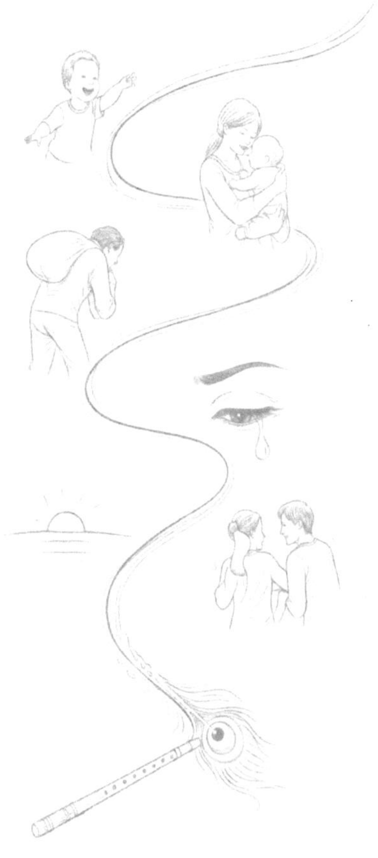

थेंबाचा प्रवास

ढगातून सरसर झेप घेत,
आईचा निरोप घेऊन तो खाली आला;
आनंदाच्या त्या भराऱ्या घेत,
नवा प्रवास त्याचा सुरू झाला...

पण ठाऊक नव्हतं त्याला,
कुठे जाऊन थांबेल त्याचा श्वास —

कधी सागरात विलीन होऊन
पुन्हा आईकडे करेल का प्रवास?

की आभाळाकडे डोळे लावून
बसलेल्या चातकाची तहान भागवेल?

की एखाद्या शेतात जाऊन
बीजाला अंकुर देईल?

की रस्त्यात साचलेल्या पाण्यात मिसळून
मुलांच्या होडीचा आनंद बनेल?

की पानावर अलगद विसावून
वाऱ्यासंगे झोका घेईल?

की एखाद्या पाकळीवर थांबून
फुलाचं गोड चुंबन घेईल?

की नाल्यात पडून दुर्गंधीचा
एक अनाम भाग होईल?

की तुंबलेल्या पाण्याचा साथी होऊन
अडथळ्यांची कहाणी बनेल?

की शांत तलावात जाऊन
साऱ्यांची तहान भागवेल?

कुठेही जाईन, काहीही बनेन,
एकच ध्यास मनात ठेवीन —
माझा धर्म मी निभावीन,
जिथे जाईन तिथे कृतकृत्य होईन...

संवाद मनाशी...

कधी स्वतःशी बोलायला बसलं,
तर मन हळूच उलगडत जातं...
दिवसभर दडवून ठेवलेले शब्द
रात्री शांततेत सापडत जातात...

गोंधळलेल्या विचारांच्या गर्दीत,
एक प्रश्न मात्र सतत उभा राहतो—
"मी नेमकी कोण आहे...?"
आणि तिथूनच सुरू होतो
स्वतःला शोधण्याचा प्रवास...

मनाशी केलेला प्रत्येक संवाद
नवीन वाट दाखवतो...
कधी उत्तरं मिळतात,
तर कधी प्रश्नच सोबतीला राहतात...

कधी स्वतःच स्वतःला सावरतं,
तर कधी आरशातलं प्रतिबिंब
नव्यानं ओळख करून देतं...

या शोधात...
काही गोष्टी सापडतात,
काही हरवतात...

पण शेवटी —
स्वतःशी जुळलेलं नातं
सगळ्यात खरं ठरतं...

कारण...
मनाशी केलेला संवाद
आपल्याला जगाशी नाही,
तर स्वतःशी जोडतो...

आणि त्या जोडण्यातच
आपलं खरं अस्तित्व सापडतं...

आयुष्य म्हणजे...

आयुष्य म्हणजे... एक खेळ —
कधी जिंकायचं, कधी हरायचं...
कधी रडायचं, कधी हसायचं,
पण प्रत्येक क्षण जगायचा.

हरलो म्हणून खचायचं नाही,
जिंकलो म्हणून माजायचं नाही...
कारण दोन्हीही क्षण
तात्पुरतेच असतात.

खरं तर आयुष्य म्हणजे
एक सुंदर प्रवास आहे —
जिथे प्रत्येक वळणावर
नवीन काहीतरी शिकायला मिळतं.

आपण ज्या गोष्टींचा विचार करतो,
त्या सगळ्याच आपल्या मनासारख्या
घडतील असं नाही...

पण जे घडतं,
ते आपल्याला काहीतरी शिकवून
जातं.

म्हणूनच —
आयुष्यावर प्रेम करा,
प्रत्येक क्षण स्वीकारा,
आणि मनापासून जगा...

कारण —
आयुष्य खूप सुंदर आहे...

आर्त साद

आर्त साद
कधी कधी साद मनापासून असते...

पण उत्तर मात्र नियतीकडे असतं.
दुपारच्या रखरखीत उन्हात
कोकिळेचा आर्त स्वर कानावर येतो...

किती व्याकुळतेने तो
आपल्या प्रियकरिणीला साद घालत
असतो —
प्रणयाराधनेसाठी...

पण का कोण जाणे,
त्या स्वरातला आर्तपणा मनाला भिडूनही
मनात एक उदासी दाटून येते...

इतक्या तळमळीने दिलेली हाक
जणू तिच्यापर्यंत पोहोचतच नाही...
ती येत नाही... प्रतिसाद देत नाही...

दररोज हा व्याकुळ स्वर ऐकताना
मन नकळत खिन्न होतं...

तोच कोकिळ असेल का कालचाच?
की एखादा दुसराच...?

की ती कोकिळा
आणखीन कुणाच्या सुरात रमली आहे...?

काहीही असो —
तो कोकिळ मात्र
आपल्या स्वरात दुःख जपून बसलाय...
उद्या तरी...
त्याच्या सादेला प्रतिसाद मिळू दे...

असेन मी, नसेन मी...

असेन मी, नसेन मी...
असेन मी, नसेन मी...

तरीही रेंगाळत राहील
पुरणपोळी-नारळीपाकाची चव;

माझ्या हातच्या प्रेमाची,
माझ्या स्पर्शाच्या उबेची सवय...

खिडकीतून दिलेली ती साद
आठवेल का कधी?

माझं भरभर चालणं,
अन अखंड वाहत राहिलेलं बोलणं
मनात दाटून येईल का कधी?

रांगोळीच्या रंगांत
मीच तर विखुरलेली असेन;
दिवाळीच्या फराळात
गोडी बनून मिसळलेली असेन...

आई-बाबांसाठी जगणारी,
भावंडांसाठी धावणारी;

गर्दीतही स्वतःलाच
हळूच हरवून बसणारी...
मैत्रिणींच्या हसण्यात दडलेली,
आणि नकळत
एखाद्याचं दुःख हलकं करणारी...

मुलांसाठी झटणारी,
त्यांच्या स्वप्नांसाठी
स्वतःलाच विसरणारी;
ती दूर जाताना मात्र
मनात हुरहूर दाटणारी...

लेकाच्या ओढीने
परदेशी पोहोचणारी,
पतीच्या वेदनेत
खंबीरपणे उभी राहणारी...

असेन मी, नसेन मी कदाचित उद्या,
पण प्रत्येक आठवणीत,
प्रत्येक श्वासात
हळूच भेटत राहीन पुन्हा...

कारण मी नाही राहिले तरी —
माझं प्रेम...
कधीच संपणार नाही...

सुखायु - एक स्वप्नपूर्ती

(आरोग्य, विश्वास आणि सेवाभावाचा अखंड प्रवास)

सुखायु तुमची आन,
सुखायु तुमची शान,
सुखायु तुमचा प्राण,
सुखायु तुमचा अभिमान...

सुखायु म्हणजे विश्वासाचा दीप,
रुग्णसेवेचा अखंड, थोर संकल्प;
स्पर्शात उपचार, शब्दांत दिलासा,
आरोग्यसेवेचा पवित्र कल्प...

रुके, विदिता, दिव्यता यांची साथ,
समर्पणाची उज्ज्वल वाट;
सेवाभावाची अखंड ज्योत,
यशाकडे नेणारी दमदार वाटचाल...

सव्वीस वर्षांचा हा सुवर्ण प्रवास,
अनुभवांचा अमूल्य साठा खास;
असंख्य रुग्णांच्या चेहऱ्यावरचं हास्य
—
हीच खरी तुमची कमाई खास...

आता सुवर्णमहोत्सवाची चाहूल लागो,
यशाच्या शिखरावर ध्वज फडकू दे;
ईश्वरचरणी एकच प्रार्थना —
"सुखायु"चं नाव अखंड उजळू दे;

कथा

असीम त्याग... अनोखे दातृत्व

(ही केवळ एक कथा नाही, तर ती एक जाणीव आहे... की मृत्यू हा शेवट नसतो, तर तो अनेक नव्या सुरुवातींचं दार उघडू शकतो.)

ट्रिंग... ट्रिंग ट्रिंग... घरात मोबाईलची रिंग वाजली.
हात झटकन पुसत माई बाहेर आल्या. “हिंजवडीहून दर्शनचा फोन होता.”
“आजी! आज माझा पहिला पगार झाला... तो तुझ्या पायाजवळ ठेवायला मी मुंबईला येतोय.” त्याच्या आवाजातला उत्साह आणि ओढ माईंच्या मनाला भिडली. त्यांच्या डोळ्यांत आनंद दाटून आला.

कोरोनाच्या काळात दर्शनचे आई-वडील दोघेही गेले... त्याच्या आजोबांचेही दोन वर्षांपूर्वी निधन झाले. तेव्हापासून माईच त्याची आई, माईच त्याचे बाबा... आणि आता — माई आणि दर्शन, एवढंच त्यांचं जग.

माईंनी देवापुढे दिवा लावला. औक्षणाचं ताट तयार केलं. शेजारच्या मुलाला बोलावून ऑनलाइन पेढे मागवले. “कधी एकदा दर्शन येतोय आणि त्याला डोळे भरून बघते...”

त्याच्या आई-वडिलांचं आणि आजोबांचं स्वप्न आज साकार झालं होतं.
दर्शन इंजिनिअर झाला होता. मोठ्या आयटी कंपनीत सीनियर मॅनेजर म्हणून काम करत होता. वयाच्या मानाने त्याची प्रगल्भता, समजूतदारपणा आणि सगळ्यांना सोबत घेऊन जाण्याची वृत्ती— यामुळेच त्याला ही जबाबदारी मिळाली होती.

माईंनी फोन केला— “बाळा, बसलास ना गाडीत? सांभाळून ये...”
“आजी, काळजी करू नकोस. मी मित्रांसोबत आहे. आठ वाजेपर्यंत पोहोचतो.

खूप दिवसांनी तुझ्या हातचं जेवायला मिळणार!"

माईंनी त्याच्या आवडीचा स्वयंपाक केला... आणि वाट पाहू लागल्या.
आठ वाजले... नऊ झाले... दहा झाले... पण दर्शन आला नाही.
मन चिंती ते वैरी न चिंती... काळजीने माई अस्वस्थ झाल्या.
फोन लावला—पण लागत नव्हता. मित्रांना फोन केला—कोणालाच काही माहिती नव्हती.

तेवढ्यात दर्शनच्या मोबाईलवरून फोन आला. "हॅलो... कोण बोलतंय?"
समोरून अनोळखी आवाज... त्या एका वाक्याने माईंचं सगळं जग कोसळलं.
एक्सप्रेस हायवेवर अपघात झाला होता. माई आणि शेजारची मानसी तातडीने पुण्याला निघाल्या.

रस्ताभर माईंनी देवाला साकडं घातलं. गाडीत शांतता... मनात वादळ... हॉस्पिटलमध्ये पोहोचल्या. ICU मध्ये बँडेजमध्ये झाकलेला दर्शन... तो दिसताच माईंचा बांध फुटला—त्याने मोठमोठ्याने हंबरडा फोडला...

आणि तेवढ्यात... दर्शनने डोळे उघडले. जणू तो फक्त आजीला पाहण्यासाठीच थांबला होता... त्याने एकदा तिच्याकडे पाहिलं... आणि... डोळे कायमचे मिटले.

"मागते मन एक काही दैव दुसरे घडविते...
उमलण्याआधीच कसे फूल पायी तुडविते..."

डॉक्टर म्हणाले, "आजी... दर्शन आपल्यातून निघून गेला आहे. पण तुम्ही जर त्याचे अवयव दान केले... तर तो अनेकांच्या रूपाने जिवंत राहू शकतो."

माईंचे अश्रू थांबत नव्हते... पण क्षणात त्यांनी डोळे पुसले.

आणि ठाम आवाजात म्हणाल्या— "माझ्या दर्शनचे अवयव दान करायला मी तयार आहे. तो गेला तरी... तोतो या जगात अवयवरूपाने जिवंत राहील"

डॉक्टरही भारावले...
इतका मोठा त्याग— इतकं मोठं मातृत्व—
धन्य ती आजी... धन्य ती माऊली...

अवयवदान—
हा फक्त एक निर्णय नाही,
तर तो मानवतेचा सर्वोच्च पुरस्कार आहे.
एखादं आयुष्य संपतं...
पण त्याच क्षणी अनेक नव्या श्वासांना सुरुवात होते.
कदाचित म्हणूनच—
खरं अमरत्व शरीरात नसतं,
तर आपल्या दातृत्वात असतं...

एका नाण्याच्या दोन बाजू

(आजच्या धावपळीच्या जगात नात्यांमधील भावनिक अंतर वाढताना दिसत आहे. एका आईच्या मनातील साधीशी अपेक्षा — "फक्त एक फोन"...
आणि त्या अपेक्षेच्या दोन वेगळ्या अनुभवांची ही हळवी कथा.)

'उठा उठा सकळीक...' सुनिताच्या मोबाईलमधून अलार्म वाजला.
ती लगबगीने उठली. रोजप्रमाणे सकाळची नित्यकर्मं, पूजा आटोपून
ती मोबाईल हातात घेऊन शांत बसली. तिच्या शरीरातील सगळी ताकद जणू कानांमध्ये एकवटली होती— ती वाट पाहत होती तिच्या लाडक्या लेकराच्या फोनची.

खरं तर ती स्वतः फोन करू शकत होती... पण अनुभव सांगत होता— फोन कधी उचलला जाणार नाही... किंवा उचलला तर, "आई, मी कामात आहे... नंतर फोन करतो," एवढंच ऐकायला मिळणार. त्या दोन वाक्यांचे तिच्या मनावर खोल ओरखडे उमटायचे.

तिला फार काही नको होतं... फक्त सकाळी एक फोन— "आई, मी ठीक आहे... तू तुझी काळजी घे."बस्स... एवढ्याच दोन वाक्यांसाठी ती दिवसातील २३ तास ५० मिनिटे वाट पाहत असे.

मुलांच्या शिक्षणासाठी घेतलेलं कर्ज, केलेले कष्ट—सगळं तिनेच निभावलं. स्वतःसाठी काही साठवणूक नाही, कोणती अपेक्षा नाही... फक्त भावनिक साथ... तीही फोनच्या काही क्षणांतली. ती कधीच म्हणाली नाही— "सगळं सोडून माझ्याजवळ ये," फक्त एवढंच— "जिथे आहेस तिथे सुखी रहा, प्रगती कर... पण मला विसरू नकोस."

पण खरंच का... या भावना मुलांपर्यंत पोहोचत नाहीत? की त्यांना त्याची जाणीवच उरलेली नाही? या विचारांनी सुनिताबाई अस्वस्थ होऊन खुर्चीत बसल्या...

तेवढ्यात वल्लरी—कामवाली—आत आली. त्यांच्या चेहऱ्याकडे पाहताच तिला कळलं— आजही फोन आलेला नाही. तिच्या मनात आलं— "दादांना फोन करून सांगावं... दिवसातील दहा मिनिटं तरी तुझ्या आईसाठी दे..."

कारण तिच्यासाठी—
ती दहा मिनिटं म्हणजे सगळं आयुष्य...
उरलेले २३ तास ५० मिनिटं—शून्यच.

"हॅलो आई... मी निहार बोलतोय. उठलीस का गं?" व्हॉट्सॲप कॉलचा आवाज आला आणि गौरीताई लगबगीने उठल्या. अमेरिकेतून त्यांच्या लाडक्या लेकराचा फोन!

त्याने दिलेलं वचन—"आई, तुझी सकाळ माझ्या फोनने... आणि माझी सकाळ तुझ्या आवाजाने." आणि खरंच— एकही दिवस चुकत नाही.
ती हसत म्हणते— "एक वेळ सूर्य उगवायचा विसरेल... पण तुझा फोन कधीच चुकत नाही."

फक्त दोन-तीन मिनिटांचं बोलणं... खुशाली विचारली जाते... आणि दिवसाची सुरुवात होते. पण त्या काही क्षणांतून मिळणारी ऊर्जा तिला पूर्ण दिवस सरायला पुरते, खरंच... एका नाण्याच्या दोन बाजू.

दोन्ही आई— सारख्याच कष्टांनी मुलांना घडवणाऱ्या... पण काही मुलं त्या प्रेमाची जाणीव ठेवतात, तर काहींना त्याची किंमतच कळत नाही. कुंभार जसा मातीच्या गोळ्याला आकार देतो— त्याला ठाऊक नसतं, हा माठ कोणाची तहान भागवेल... की हॉलमधला शोपीस राहील... तसंच आई-वडील मुलांना घडवतात— निःस्वार्थपणे. आजच्या वेगवान जगात यश, करिअर, स्वप्नं यांचा पाठलाग करताना आपण नकळत त्या हातांना विसरतो... ज्यांनी आपल्याला चालायला शिकवलं.

आई-वडिलांना मोठ्या गोष्टी नको असतात— न पैसा... न भेटवस्तू... फक्त तुमचा आवाज... तुमची दोन प्रेमाची वाक्यं... कारण त्यांच्या दृष्टीने—तुमचा एक फोन म्हणजेच त्यांच्या संपूर्ण दिवसाचं... कदाचित आयुष्याचं समाधान असतं.

आईकडून आईकडे...

बाळंतपणाच्या जीवघेण्या कळा ती सहन करत होती... घामाने डबडबलेली... वेदनेने व्याकूळ... आणि त्या क्षणी— नवजात बालकाच्या रडण्याचा आवाज घुमला... क्षणात तिचा सारा थकवा विरला... चेहऱ्यावर प्रसन्न समाधान फुललं— ती आई झाली होती... एका छोट्याशा परीची आई...

लेकीच्या बाललीलांमध्ये रममाण होत एक वर्ष कधी सरलं, कळलंच नाही... पहिल्या वाढदिवसाला, आपल्या लग्नाच्या शालूपासून शिवलेला परकर-पोलका घालून ती परी समोर आली— आणि आईचा आनंद गगनात मावेना... जणू ती स्वतःचंच बालरूप पाहत होती...

दिवस सरत गेले... कळी हळूहळू उमलत गेली... आणि एका सुंदर फुलात रूपांतरित झाली... पहिली पाळी आली— परी घाबरली, बावरली... आईने तिला कवेत घेतलं... समजावलं, धीर दिला... "हे नैसर्गिक आहे... तू आता मोठी होत आहेस..." हळूहळू आई तिला गुड टच-बॅड टच, स्वतःचं रक्षण, आणि जगण्याचे छोटे-छोटे धडे देऊ लागली... एका दिवसाच्या संवादाने—आई आणि मुलीमध्ये एक नवीन नातं जन्माला आलं— मैत्रीचं... विश्वासाचं...

काळ पुढे सरकत गेला... शिक्षण पूर्ण झालं... नोकरी मिळाली... पहिल्या पगारातून— आईसाठी सोन्याचे कानातले, वडिलांसाठी कपडे... आईसाठी तीच सर्वात मौल्यवान भेट होती...

आणि मग... आयुष्यात तो आला... आरशात स्वतःकडे पाहणं, हसणं, हरखणं, मोबाईलवर अखंड बोलणं... आईच्या नजरेतून काहीच सुटलं नाही... शेवटी मुलीने मन उघडलं— आणि आईने ते प्रेमाने स्वीकारलं... लग्न झालं...
लेक नव्या संसारात रमली...

आणि एक दिवस— ती बातमी आली... "लेक आई होणार आहे..." आई पुन्हा एकदा आनंदून गेली... डोहाळे पुरवले... तयारी केली... आणि तो दिवस उगवला... लेकीच्या कळा बघून, आईचं काळीज पिळवटून निघत होतं... पण तिच्या हातात काहीच नव्हतं— फक्त देवाला साकडं... ऑपरेशन थिएटरमधून बाळाच्या रडण्याचा आवाज आला... ती क्षणभर थांबली... तिची लेक—आई झाली होती. आणि... मुलगी झाली होती.

दोघी बाहेर आल्या... आईने लेकीला मिठी मारली... आणि बाजूला— शांतपणे, हळुवारपणे— ती तिच्या परीची परी न्याहाळत होती... त्या क्षणी— तिच्या डोळ्यांत फक्त अश्रू नव्हते... तर आयुष्याचा पूर्णत्वाचा क्षण होता...

एक वर्तुळ पूर्ण झालं होतं...
एका आईकडून दुसऱ्या आईकडे...

आत्मसन्मान की परंपरा

दादासाहेब नवले कॉलेजचा बक्षीस समारंभ रंगात आला होता. त्या क्षणाची सगळ्यांना आतुरता वाट होती, त्या नृत्य स्पर्धेच्या विजेत्याची घोषणा झाली—

"या वर्षीची विजेती आहे... नेहा वाटवे!"

टाळ्यांचा कडकडाट झाला. नेहा आत्मविश्वासाने व्यासपीठाकडे चालू लागली... आणि तिची पावले थबकली. तिला पारितोषिक देण्यासाठी उभा होता— कॉलेजचा माजी विद्यार्थी, आज एक यशस्वी स्टार्टअप उद्योजक—मानस सुपुत्रे. रुबाबदार व्यक्तिमत्त्व, उंच बांधा, आत्मविश्वासाने ओथंबलेलं अस्तित्व... क्षणभर वेळ थांबला. पारितोषिक देताना त्याने तिचा हात हलकेच हातात घेतला— "Congratulations!" त्या स्पर्शात काहीतरी वेगळं होतं...
दोघांनाही तो हात सोडावा असं वाटत नव्हतं.

घरी आल्यावरही नेहा जणू तरंगत होती... डोळ्यांसमोर सतत मानसच. "लव्ह ॲट फर्स्ट साईट... हेच का?" तिने स्वतःलाच विचारलं. पुढे सगळं जणू स्वप्नासारखं घडलं... मानसने आईला नेहाबद्दल सांगितलं, दोन्ही कुटुंबं भेटली... आणि लगेचच होकार. लवकरच लग्नही झालं.

लग्नानंतरचा काळ— प्रेम, फिरणं, स्वप्नं... नेहाला बालीला जायचं होतं, मानसने तिच्यासाठी केरळची ट्रिप रद्द केली. त्या क्षणी नेहाला वाटलं—
"यापेक्षा चांगला सहचर मिळूच शकत नाही..."

पण आयुष्य नेहमी पहिल्या छापेसारखं राहत नाही... एक दिवस नेहाला कॉलेजकडून पत्र आलं— तिची दुबईत होणाऱ्या आंतरराष्ट्रीय नृत्य स्पर्धेसाठी निवड झाली होती. तिचं हृदय आनंदाने भरून आलं... ती धावतच मानसकडे गेली— "मानस! बघ... माझी निवड झाली आहे!" मानसने पत्र वाचलं... आणि त्याचा चेहरा अचानक निर्विकार झाला.

"नेहा... ही चांगली गोष्ट आहे. पण आपल्या घरात हे चालणार नाही." ती थबकली. इतक्यात त्याचे वडीलही पुढे आले— "हे नाच-गाण्याचे प्रकार आपल्या घरात मान्य नाहीत, आपल्या परंपरेत ते बसत नाही!"

त्या क्षणी— नेहाच्या मनात काहीतरी तुटलं... ज्या नृत्यामुळे त्यांची नजरानजर झाली... प्रेम निर्माण झालं... त्याच नृत्याचा आज अपमान? त्या रात्री... मानसचा अंतिम शब्द— "नेहा, नाचाचं वेड डोक्यातून काढून टाक. माझा स्टार्टअप जॉईन कर. पण नृत्य नाही. हा निर्णय अंतिम आहे. नाही पटत... तर तुझा मार्ग मोकळा." नेहाचा तर विश्वासच बसत नव्हता की हा तोच मानस आहे ज्याच्यावर आपण जीवापाड प्रेम केले.

रात्रभर नेहा जागी होती... प्रेम एका बाजूला... आत्मसन्मान दुसऱ्या बाजूला... सकाळी ती शांतपणे उठली. देवापुढे बसली... आणि एक निर्णय घेतला. तिने बॅग भरली.

दार उघडताना क्षणभर ती थबकली... पण निर्णय ठाम होता. "गुड बाय, मानस..." ती दाराजवळ थांबली... क्षणभर मागे वळून पाहिलं... आणि शांतपणे म्हणाली— "मानस... तू मला निवडायला सांगितलंस— नृत्य की तू. मी स्वतःलाच निवडलं." ती निघून गेली...

आणि त्या दिवशी— पहिल्यांदाच तिचं नृत्य मंचावर नाही... तर आयुष्यात जिंकलं.

वाढदिवस

नववर्षाची पहाट. आजोबा गॅलरीत आले. आभाळाकडे बघितलं—आभाळ भरून आलं होतं; जणू त्यांच्या डोक्यात विचारांचं जे काहूर माजलं होतं, तेच निसर्गातून प्रतीत होत होतं. पापण्यांच्या बांधाआड थांबून ठेवलेली आसवे कधी बाहेर पडतील, त्याचा नेम नव्हता.

आज एक जानेवारी! त्यांचा जन्मदिवस! तो खरा होता की खोटा, कोणास ठाऊक? कारण त्याकाळी शाळेमध्ये नाव घालताना 'एक जानेवारी' ही तारीख टाकून नाव घेतलं जायचं. लहानपणी वाढदिवस कधी साजरा झालाच नाही; किंबहुना त्या काळामध्ये तशी प्रथा ही नव्हती.

यथावकाश शिक्षण पूर्ण झालं, नोकरी मिळाली. पौर्णिमेच्या साथीने माझ्या संसाराची सुरुवात झाली. पौर्णिमेच्या चंद्राप्रमाणे माझ्या जीवनामध्ये तिच्या रूपाने प्रकाश, ऊर्जा आणि शीतलता आली.

कालपरत्वे आमच्या संसारवेलीवर दोन पुष्प उमलली, फुलू लागली.
पौर्णिमा संसार सावरत होती आणि फुलवत होती. ती आल्यापासून मात्र आवर्जून माझा वाढदिवस साजरा होऊ लागला. त्या दिवशी माझ्या आवडीचा पदार्थ बनू लागला; मला सरप्राईज गिफ्ट मिळू लागलं. सर्व कुटुंब तो दिवस कसा संस्मरणीय करता येईल, यासाठी गुंतून जात असे. मुलं हुशार, अभ्यासू. त्यात पौर्णिमेने त्यांना लावलेली शिस्त, संस्कार—या बळावर मुलगा इंजिनियर आणि लेक सीए झाली. इंजिनियर निहार अमेरिकेला जाऊन स्थिरस्थावर झाला. तिथल्याच भारतीय मुलीबरोबर त्याने आपल्या आयुष्याची मुहूर्तमेढ रोवली. आणि सीए झालेल्या मनालीने गुजरातच्या जिग्नेशबरोबर आपली लग्नगाठ बांधली आणि त्याच्याबरोबर तिथेच सेटल झाली.

मुलं त्यांच्या आयुष्यात स्थिरावली होती. आमचा 'राजा-राणी'चा संसार इथे चालला होता. मुलांचे फोन येत होते; आम्हाला बोलवत होते. त्यांच्या धावपळीच्या आयुष्यातून वेळ काढून आम्हाला भेटायला यायचे. पण त्यांचं आयुष्य आता फुलत चाललं होतं, त्यामुळे दरवर्षी येणं काही होत नव्हतं.
पण फोनवर दोन्ही मुलं मात्र विचारपूस करत असत -"कालाय तस्मै नमः". माझा हा संसारगाडा चालवता-चालवता, पौर्णिमा आता थकली होती. शेवटी दोन्ही मुलं माझ्या आधीन करून, मला एकट्याला सोडून ती पंचतत्त्वात विलीन झाली.

हा एकटेपणा मला खायला उठत होता. दिवस-रात्र तिच्या वियोगाने कशी सरत होती, हे माझं मलाच ठाऊक होतं. पण आज मात्र तिची प्रकर्षाने आठवण होत होती. मुलं लग्न करून आपापल्या घरी गेल्यानंतर, माझा वाढदिवस हा तिच्यासाठी दिवाळी-दसऱ्यासारखा एक मोठा सण असायचा. तिची दोन दिवस आधीपासून लगबग सुरू व्हायची. तिला वाटायचं—सुरुवातीच्या काळात आपण जे करू शकलो नाही, ते आता करूया; त्याची भरपाई करूया.

आज मात्र या रिकाम्या चार भिंती मला खायला उठल्या आहेत. तरीही केवळ तिला समाधान वाटावं म्हणून मी शेजारच्या छोट्या मनूकडून झोमॅटोवर केक बुक केला होता. पण केक कापायला आज तिच्या हाताची साथ नव्हती. माझ्यासाठी बर्थडे साँग गायला ना माझी पौर्णिमा होती, ना माझी पाखरं.

या केकपेक्षा त्यांचं अस्तित्व माझ्यासाठी अनमोल होतं. थरथरत्या हाताने पौर्णिमेच्या फोटोसमोर मी केक ठेवला आणि मेणबत्ती लावली. तितक्यात दारावर थाप पडली. थोड्याशा निरुत्साहानेच दरवाजा उघडायला गेलो, तर समोर पाहतो काय...

समोर निहार आणि मनाली—माझ्या वाढदिवसासाठी दत्त म्हणून उभे! मुलं विसरली नव्हती. त्यांच्या आईच्या आयुष्यातला हा मोठा सण, आपल्या बाबांसोबत साजरा करायला साता समुद्रापलीकडून माझा मुलगा आणि मुलगी आली होती.

बाहेर बघितलं—पाऊस पडून गेला होता; आभाळ निरभ्र झालं होतं. पण आता मात्र माझ्या डोळ्यांतून, पापण्यांना न जुमानता, अश्रूंचा वर्षाव माझ्या मिठीत असणाऱ्या माझ्या मुलांच्या अंगावर होत होता. माझं मनही तृप्त झालं होतं.

आज दिवसाच्या उजेडी माझ्या घरामध्ये चांदणं पसरलं होतं—आणि त्याची शीतलता मन शांत करून गेली.

माणसातलं जनावर

आज खूप उशीर झाला होता. अगदी निघता-निघता एक पेशंट आली. दोन जीवांची बाई... नवऱ्याने हात उचलल्यामुळे ती पूर्ण घाबरलेली, बावरलेली होती. तिच्या शरीरावरच्या जखमा मोठ्या होत्या की मनावरच्या—हेच कळत नव्हतं... शरीरावरच्या खुणा कालांतराने नाहीशा होतील... पण मनावरचे ओरखडे? ते मात्र आयुष्यभर ठसठसत राहणार होते...

तिच्याच विचारात मी बाहेर पडले. रिक्षाची वाट पाहत उभी राहिले, पण एकही रिक्षा थांबायला तयार नव्हती. शेवटी रोजचा रस्ता म्हणून चालायला सुरुवात केली. गार वारा सुटला... आणि अचानक पाऊस सुरू झाला. पर्स उघडून पाहिलं—छत्री हॉस्पिटलमध्येच राहिली होती. मी पावलं वेगात टाकू लागले.
अचानक— रस्त्यावरचे दिवे गेले. सगळीकडे काळोख पसरला. मोबाईलच्या उजेडात रस्ता कापत होते, पण मनात भीती घर करू लागली.

रात्र... पाऊस... आणि आसपास कोणीच नाही... अचानक— मागून हसण्याचे आवाज आले. चार-पाच कॉलेजची मुलं... बहुतेक नशेत... काहीतरी बरळत चाललेली. छातीत धडकी भरली. मी चालण्याचा वेग वाढवला... मग धावायलाच लागले. पण— पावसात भिजलेले कपडे... घसरडा रस्ता... आणि त्यातच— चप्पल तुटली.

मी खाली वाकून ती बघत होते... इतक्यात— त्यांच्यातल्याच एकाने माझा हात पकडला. मी ओरडण्याचा प्रयत्न केला... पण आवाजच फुटला नाही. भीतीने पूर्ण अंग थरथरत होतं... पायात त्राण उरलं नव्हतं. धीर एकवटून मी त्याच्या हातातून सुटण्याचा प्रयत्न केला... पण त्याने जोरात कानाखाली मारली... आणि मी कोसळले.

मी हात जोडून विनवणी करत होते— “मला सोडा...” पण त्यांच्या डोळ्यांत विवेक नव्हता... फक्त नशा... आणि उन्माद... माझं शरीर दुखत होतं... मन तुटत होतं... मी पूर्णपणे असहाय्य झाले होते...

अचानक— लहानपणी वाचलेली गोष्ट आठवली... हरिणी आणि वाघाची... वाघ झडप घालायला सज्ज... पण हरिणीच्या डोळ्यांतली आर्तता पाहून तो थांबतो... तिला सोडून देतो... जनावरातलं माणूस जागं होतं...

पण इथे... मी कितीही विनवणी केली, तरी ते थांबले नाहीत... त्यांनी त्यांचा डाव साधला आणि त्या काळ्या रात्री माणुसकीचा पराभव झाला. त्या रात्री पाऊस थांबला... पण माझं आयुष्य कायमचं काळोखात बुडालं. जनावरातल्या माणुसकीच्या गोष्टी आता फक्त पुस्तकांत उरल्या होत्या— कारण माणसाच्या कातड्यातली जनावरं बेफाम झाली होती. त्या क्षणी मला जाणवलं — एकीकडे जनावरातही माणुसकी असते... आणि दुसरीकडे—माणसामध्ये जनावर.

...आणि वाल्याचा जन्म झाला...

आशिष आज पोलीस कस्टडीत उभा होता. मुंबई पोलिसांनी त्याला पकडलं होतं. त्या देखण्या, सुशिक्षित तरुणाच्या हातात बेड्या घालताना त्या करारी पोलीस अधिकाऱ्याच्या चेहऱ्यावरही क्षणभर वेदना उमटल्या... काही वर्षांपूर्वी—असाच एक प्रसंग आशिषच्या आयुष्यात घडला होता. पाच-सहा वर्षांपूर्वी... दहावी पास झाल्यानंतर त्याच्या वडिलांनी त्याच्या हातात सिटिझनचं घड्याळ बांधलं होतं—प्रेमाची बेडी. त्या वेळी डोळ्यांत आनंदाश्रू होते... आणि आज—हातात पुन्हा "बेड्या" होत्या... पण डोळ्यांत फक्त वेदना.

आशिष अभ्यासात फार हुशार नव्हता, पण प्रयत्नाने त्याने पदवी मिळवली. स्वप्नं मात्र मोठी होती—नोकरी मिळवायची... घरच्यांना सुख द्यायचं... आणि पुढे वकिली शिकायची... पण वास्तव वेगळंच होतं. एसीत बसलेल्या माणसाला उन्हाची झळ कळत नाही—तसंच, बाहेरच्या जगाने त्याला पहिल्याच टप्प्यात हरवलं. अपयशाने त्याच्या आशेचे पंख छाटले... आणि तो आतून कोसळत गेला. एक दिवस—त्याच्या आयुष्यात पुन्हा आशेचा किरण आला. इंटरव्ह्यूसाठी त्याला बोलावणं आलं. मोठ्या उत्साहाने तो चर्चगेटकडे निघाला... पण दादरला उतरताच—त्याचं पाकीट चोरीला गेलं. तिकीट नसल्यामुळे टीसीने त्याला अडवलं. तो विनवणी करत राहिला... पण कोणी ऐकलं नाही. तेवढ्यात—एक अनोळखी माणूस पुढे आला... त्याने पैसे देऊन आशिषला सोडवलं. "जा, उशीर होतोय... ऑल द बेस्ट!" पण नशीब अजूनही रुसलेलं होतं... आशिष पोहोचेपर्यंत इंटरव्ह्यू संपले होते. तो परतला—तुटलेला... हरलेला... आत्महत्येचे विचार मनात येत होते, पण आईच्या मायेने त्याला थांबवलं. संध्याकाळी तो पुन्हा दादरला गेला... तोच अनोळखी माणूस त्याची वाट पाहत उभा होता. त्याच्या हातात—आशिषचं पाकीट होतं. रागाने आशिष पेटला... पण त्या माणसाने शांतपणे स्वतःची ओळख करून दिली—"मी भालचंद्र... एक पाकीटमार."

परिस्थितीने त्याला त्या वाटेवर ढकललं होतं... आईच्या औषधासाठी केलेली पहिली चोरी... आणि त्यानंतरचा प्रवास... तो शांतपणे म्हणाला—"आम्ही चोर असलो तरी आमच्या धंद्याशी प्रामाणिक आहोत..." त्या शब्दांनी आशिषचं मन हादरलं. जो प्रामाणिकपणा त्याला सुशिक्षित जगात दिसला नाही, तो इथे चोरांच्या वस्तीत सापडत होता.

नोकरी न मिळाल्याने कंटाळलेला आशिष हळूहळू भालचंद्राच्या सहवासात गेला... आणि एक दिवस—तोही त्या चुकीच्या मार्गावर वळला. दोघांनी मिळून एक नवा मार्ग शोधला—कपटाने आणि लबाडीने लोकांना फसवून पैसे उकळू लागले.". सुरुवातीला अपयश... पण नंतर यश... आणि त्यातच—दोघं अधिकाधिक गुंतत गेले... पण सत्य कायम लपून राहत नाही. एका दिवशी—पोलिसांनी त्यांना पकडलं.

आज—आशिष न्यायालयात उभा होता... वकील म्हणून नव्हे—तर आरोपी म्हणून. आईच्या मायेने त्याला वाचवलं खरं, पण भूकेने आणि अपयशाने त्याला पुन्हा त्या काळ्या वाटेवर ढकललं. क्षणभर त्याने स्वतःकडे पाहिलं... हातातल्या बेड्या... आणि भूतकाळातल्या "प्रेमाच्या बेड्या"... फरक फक्त इतकाच—तेव्हा त्या प्रेमाने बांधल्या होत्या... आणि आज—कर्मांनी. पौराणिक काळात वाल्याचा वाल्मिकी झाला... पण आजच्या युगात—बेकारीच्या आघाताने एका सुशिक्षित तरुणाचा "वाल्या" होताना पाहून मन विषण्ण होतं...

उशिराने आलेले शहाणपण

सानिकाच्या लग्नाला चार वर्षं झाली होती. संसार सुरळीत, स्थिर आणि समाधानाचा होता. दोघंही मोठ्या कंपनीत उत्तम पदावर काम करत होते. सगळं असूनही, एक न बोललेली पोकळी मात्र जाणवत होती—त्यांच्या संसाराला अजून एक गोड पूर्णत्व हवं होतं... एका छोट्या जीवाच्या आगमनाने.

त्या दिवशी मी काही न सांगता सानिका आणि सोहमला घरी बोलावलं. संध्याकाळी ते आले, आणि घर पुन्हा एकदा जिवंत झाल्यासारखं वाटलं. नाश्ता झाल्यावर मी हलक्या आवाजात म्हणाले, "सानिका, सोहम... थोडंसं बोलायचं आहे." दोघंही माझ्यासमोर येऊन बसले. मी हळूच विषय काढला—"आता लग्नाला चार वर्षं झाली... आता तरी बाळाचा विचार करा." सानिका शांतपणे म्हणाली, "आई... अजून आम्हाला वाटत नाही की आम्ही तयार आहोत. नोकरीत अस्थिरता आहे, वेळा जुळत नाहीत... जबाबदारी मोठी आहे... आणि आम्हाला भीती वाटते."

मी तिचं सगळं ऐकलं आणि प्रेमाने म्हणाले, "आयुष्यातल्या काही गोष्टी आपण ठरवतो... पण काही गोष्टी निसर्गाच्या वेळेनुसारच घडायला हव्यात. शरीराचंही एक शास्त्र असतं—योग्य वयात त्याची तयारी असते. वय वाढत गेलं की सगळंच थोडं कठीण होत जातं." मी तिचा हात हातात घेतला आणि पुढे म्हणाले, "आज परिस्थिती बदलली आहे, हे खरं... पण म्हणून आयुष्याचे टप्पे टाळायचे का? अवघड प्रश्न आला म्हणून आपण तो सोडून देत नाही ना? तसंच आयुष्य आहे. मी आहे अजून सक्षम... तुझ्या बाळासाठी माझ्या कुशीतलं स्थान कायम तयार आहे. पण काही वर्षांनी कदाचित मी हेच ठामपणे सांगू शकणार नाही."

घरात पुन्हा शांतता पसरली. सानिका बराच वेळ काही बोलली नाही. मग ती हळूच माझ्या जवळ येऊन बसली, माझा हात हातात घेतला. "आई... आम्ही विचार केला नाही असं नाही... पण प्रत्येक वेळी करिअर, स्थिरता, वेळ—काहीतरी कारण पुढे येत राहिलं. आणि त्या सगळ्यात आयुष्यच पुढे ढकलत गेलो बहुतेक..." तिचा आवाज दाटला होता. सोहमने तिच्या खांद्यावर हात ठेवत हळूच म्हटलं, "कदाचित... आता खरंच विचार करण्याची वेळ आली आहे."

त्या क्षणी घरात एक वेगळीच शांतता होती—अस्वस्थतेची नव्हे, तर एका निर्णयाच्या जन्माची. मी दोघांकडे पाहिलं, आणि मनात समाधान दाटून आलं. कधी कधी आपण मोठे निर्णय घेत नाही... तर काही साधे शब्द, योग्य वेळी, आपल्याला त्या निर्णयापर्यंत घेऊन जातात. मनात हळूच विचार उमटला—"वेळेवर घेतलेला निर्णय आयुष्य घडवतो... आणि योग्य वेळी उमजलेली जाणीव ते आयुष्य अधिक सुंदर बनवते..."

चुकीचा दरवाजा

"मी जपली मैत्री... त्याने शोधलं प्रेम."

रात्रभर डोळ्याला डोळा लागला नव्हता. विचारांचं काहूर डोक्यात उसळत होतं—झालं ते योग्य की अयोग्य? चूक नेमकी कुठे झाली? की नकळत आपणच कुणाला चुकीचा अर्थ लावायला भाग पाडलं? उत्तर काही केल्या सापडत नव्हतं... पण तो दिवस मात्र अजूनही स्पष्ट आठवतो.

नेहमीप्रमाणे क्लिनिकमध्ये व्यस्त असताना दारावर हलकासा आवाज झाला—"मॅडम, आत येऊ का?" समोर एक साधा, शांत चेहऱ्याचा माणूस उभा होता. पहिल्या भेटीत तो एका कंपनीचा प्रतिनिधी वाटला, पण प्रत्यक्षात तो त्या कंपनीचा मालक होता. आपल्या औषधांविषयी तो इतक्या आत्मीयतेने बोलत होता, जणू आई आपल्या लेकराचं कौतुक करत असते. नंतर त्याची औषधं वापरली आणि ती खरंच चांगली वाटली. व्यवहार सुरू झाले—फोनवर ऑर्डर्स, कुरिअरने औषधं... आणि मग काळाच्या ओघात संपर्क विरळ झाला.

दोन-तीन वर्षांनी त्याचा अचानक मेसेज आला—"मॅडम, कशा आहात?" योगायोगाने माझी ऑर्डरही होती, आणि पुन्हा संवाद सुरू झाला. आधी कामापुरता... पण हळूहळू शब्दांना उब येऊ लागली. मला लेखनाची आवड होती, त्यालाही होती; फरक इतकाच—माझ्या घरात माझ्या लिखाणाला फारसा प्रतिसाद नव्हता, आणि तो मात्र माझं लिखाण फक्त वाचत नव्हता—तो ते अनुभवत होता. माझ्या प्रत्येक ओळीमागची भावना तो ओळखत होता... आणि कदाचित मला हवी असलेली दाद देत होता. माझ्यासाठी ते नातं मैत्रीचं होतं—एक असा सखा, ज्याच्याकडे मी मन मोकळं करू शकत होते. पण कदाचित त्याच्यासाठी त्या मैत्रीतून प्रेमाचा अंकुर फुटत होता.

एक दिवस त्याने आपल्या भावना व्यक्त केल्या. क्षणभर सगळं थांबल्यासारखं वाटलं. मनात कुठेतरी आधीच अंदाज होता... तरीही मी शांतपणे म्हणाले—"तुम्ही चुकीचा दरवाजा उघडण्याचा प्रयत्न करत आहात... दरवाजा उघडा आहे, पण तुम्ही घेऊन आलेल्या भावनांना इथे जागा नाही." तो नक्कीच दुखावला असेल... मलाही वाईट वाटलं; पण माझा निर्णय स्पष्ट होता—त्या नात्याला मी मैत्रीचंच रूप देऊ शकत होते, त्यापलीकडे नाही.

आज मात्र मन पुन्हा अस्वस्थ आहे... तो परत येईल का—मित्र म्हणून? की त्या एका क्षणाने सगळंच संपवलं? उत्तर अजूनही नाही... पण एक गोष्ट निश्चित आहे—मी कदाचित त्याला हरवले असेन, पण स्वतःशी केलेली प्रामाणिकता जपली आहे. शेवटी इतकंच जाणवलं—"काही नाती आयुष्यात येतात... मनाला स्पर्श करून जातात, पण हातात हात घालून चालण्यासाठी नसतात."

अनघा

भाग १ : अचानक वळण

उन्हाळ्याचे दिवस होते. उकाडा प्रचंड वाढला होता. रस्त्यावरची वर्दळही जणू उन्हाच्या तीव्रतेमुळे कमी झाली होती. संध्याकाळचे साडेपाच वाजत आले होते. अनघा—घाईघाईने रस्ता ओलांडत होती. तिच्या चेहऱ्यावर थोडीशी घाई, थोडासा थकवा... पण डोळ्यांत नेहमीसारखंच स्वप्नांचं विश्व होतं. आयुष्य अगदी सुरळीत चाललं होतं—छोट्या-छोट्या आनंदांनी भरलेलं, साधं पण समाधानाचं. पण कधी कधी नियती आपल्या आयुष्याला असा वळण देते... ज्याची आपण कल्पनाही केलेली नसते. अचानक एक जोराचा आवाज झाला... क्षणभर सगळं थांबल्यासारखं वाटलं. लोकांची धावपळ सुरू झाली. कुणीतरी ओरडत होतं—"अगं, सांभाळ!" पण तोपर्यंत खूप उशीर झाला होता... अनघा रस्त्यावर निश्चल पडली होती...

भाग २ : हॉस्पिटल — सत्याचा आघात

डोळे उघडले तेव्हा तिच्यासमोर पांढरं छत होतं... हवेतील औषधांचा वास... आणि कानावर येणारे यंत्रांचे आवाज... ती हॉस्पिटलमध्ये होती. शरीर जड झाल्यासारखं वाटत होतं. हलण्याचीही ताकद उरली नव्हती. तिने हलकेच नजर फिरवली... आई बाजूला बसली होती—डोळ्यांत चिंता, चेहऱ्यावर थकवा... आणि मनात न बोललेली भीती. "आई..." अनघाचा आवाज खूपच मंद होता. आईने तिचा हात घट्ट धरला—"काही नाही ग... तू बरी आहेस," ती म्हणाली—पण तिच्या आवाजातलं कापरं अनघाच्या लक्षात आलं. थोड्याच वेळात डॉक्टर आले. "तुम्हाला आता बरं वाटतंय का?" त्यांनी विचारलं. अनघाने मान हलवली... पण तिच्या मनात एकच प्रश्न घोळत होता—नेमकं काय झालंय? डॉक्टर काही क्षण शांत राहिले... "अपघात खूप गंभीर होता..." त्यांनी सुरुवात केली. "तुमचं प्राण वाचवण्यासाठी आम्हाला एक कठीण निर्णय घ्यावा लागला..." अनघाचं हृदय जोरात धडधडू लागलं. "तुमची गर्भपिशवी काढावी

लागली..." क्षणभर सगळं थांबलं. "...याचा अर्थ—तुम्ही पुढे आई होऊ शकणार नाही."

भाग ३ : आतली घालमेल

"आई होऊ शकणार नाही..." हे शब्द अनघाच्या कानात पुन्हा पुन्हा घुमत होते. डोळ्यांतून अश्रू ओघळू लागले... पण ते फक्त डोळ्यांत नव्हते—ते तिच्या मनातून, स्वप्नांतून, अस्तित्वातून वाहत होते. आईने तिला मिठीत घेतलं—"देव मोठा आहे ग..." ती म्हणाली. पण त्या क्षणी अनघाच्या मनात एकच प्रश्न होता—"माझं आईपण इतक्यात संपलं का...?"

भाग ४ : रिकामेपणातून शोधाकडे

दिवस जात होते... पण अनघाच्या मनातलं दुःख काही कमी होत नव्हतं. घरात सगळं पूर्वीसारखंच होतं—आईचा आवाज, बाबांची काळजी... पण अनघा मात्र आतून पूर्णपणे बदलली होती. आरशात स्वतःकडे पाहताना तिला स्वतःच ओळखू येईना... नातेवाईकांचे प्रश्न, समाजाच्या नजरा—"कधी खुशखबर देणार?" हा साधा प्रश्नसुद्धा आता तिच्या हृदयावर घाव घालत होता. ती हसायची... पण ते हसू खोटं असायचं. ती बोलायची... पण तिच्या शब्दांत जीव उरला नव्हता. एक दिवस ती अचानक घराबाहेर पडली... कुठे जायचं, का जायचं—काहीच ठरलेलं नव्हतं. पाय तिला नकळत एका ठिकाणी घेऊन गेले—अनाथाश्रम.

भाग ५ : एक भेट — आयुष्य बदलणारी

अनाथाश्रमाच्या दारात उभी राहून अनघा काही क्षण थांबली... मनात अनेक विचार... पाय पुढे जात नव्हते. पण आतून कुठेतरी एक आवाज येत होता—"इथेच तुझं उत्तर आहे..." ती आत गेली. छोट्या-छोट्या मुलांचा आवाज, त्यांचं हसणं, खेळणं... त्या वातावरणात एक वेगळाच निरागसपणा होता. आणि अचानक—तिची नजर एका छोट्या मुलीवर थांबली. ती मुलगी कोपऱ्यात बसली होती... डोळ्यांत एकटेपण... पण

तरीही आशेची एक छोटीशी किरण... अनघा हळूच तिच्या जवळ गेली. “काय नाव आहे तुझं?” तिने प्रेमाने विचारलं. मुलगी काही बोलली नाही... पण तिच्या डोळ्यांतून सगळं सांगत होती. त्या नजरेत काहीतरी होतं—ज्याने अनघाचं मन एका क्षणात जिंकलं. अनघाने तिचा छोटासा हात आपल्या हातात घेतला... आणि त्या क्षणी—तिच्या आत काहीतरी हललं...

भाग ६ : नव्या आईपणाचा जन्म

त्या दिवसानंतर अनघा वारंवार त्या अनाथाश्रमात जाऊ लागली. त्या छोट्या मुलीसोबत वेळ घालवणं... तिच्यासोबत हसणं... हेच आता तिचं जग बनलं होतं. हळूहळू त्या दोघींमध्ये एक नातं निर्माण झालं—रक्ताचं नव्हतं... पण मनाचं, आत्म्याचं. एक दिवस अनघाने ठाम निर्णय घेतला—"मला त्या मुलीला दत्तक घ्यायचं आहे..." क्षणभर शांतता पसरली... पण यावेळी तिच्या आवाजात भीती नव्हती—होता तो फक्त आत्मविश्वास आणि प्रेम.

भाग ७ : पूर्णत्व

सगळ्या प्रक्रिया पूर्ण झाल्या... तो दिवस आला—जेव्हा ती छोटी मुलगी अनघाच्या आयुष्यात कायमची आली. घरात पाऊल टाकताना ती थोडी घाबरलेली होती... अनघाने तिचा हात धरला—"घाबरू नकोस... मी आहे ना..." त्या छोट्या मुलीने अनघाकडे पाहिलं... आणि हळूच तिच्या ओठांतून एक शब्द बाहेर पडला—"आई..." त्या एका शब्दाने—अनघाच्या आयुष्यातलं सगळं रिकामेपण भरून निघालं. डोळ्यांत अश्रू होते... पण यावेळी ते दुःखाचे नव्हते—ते होते पूर्णत्वाचे.

शेवट

देवाने तिच्याकडून काहीतरी हिरावून घेतलं होतं... पण त्याच देवाने तिला आईपणाचा एक वेगळा, सुंदर मार्ग दिला.

आई होणं हे फक्त जन्म देण्यात नसतं... तर कोणाला मनापासून स्वीकारण्यात असतं.

आधुनिक सावित्री

("सावित्रीने यमराजाकडून सत्यवानाला परत आणलं—ही कथा आपण ऐकली आहे... पण आजही काही स्त्रिया मृत्यूशी झुंज देत, आपल्या माणसांना परत जिंकून आणतात... ही अशीच एका आधुनिक सावित्रीची सत्यकथा आहे.")

पुराणातील वटसावित्रीची कथा आपल्याला परिचित आहे—पण आजची ही कथा आहे एका आधुनिक सावित्रीची... आणि विशेष म्हणजे—ही काल्पनिक नाही, तर सत्यकथा आहे.

तिचं नाव—मिताली. चारचौघींसारखीच एक साधी, सरळ मुलगी... शिक्षण पूर्ण करून ती सरकारी नोकरीत रुजू झाली. तिथेच तिची ओळख झाली—मिलिंदशी. ओळखीचं रूपांतर मैत्रीत... मैत्रीचं प्रेमात... आणि प्रेमाचं एका सुंदर विवाहात.

मिलिंदच्या आयुष्यात मात्र एक वेदना कायम होती... लहानपणी झालेल्या अपघातामुळे त्याच्या पायांमध्ये उंचीचा फरक होता. वेदना असह्य झाल्या की औषधं—हीच त्याची सवय झाली होती. पण हळूहळू त्या औषधांनीच शरीरावर परिणाम करायला सुरुवात केली... आणि एक दिवस—त्याच्या आतड्यांना छिद्र पडलं. मृत्यूने जणू दार ठोठावलं होतं... पण डॉक्टरांच्या अथक प्रयत्नांनी तो मृत्यूच्या दाढेतून परत आला. पुढे पायाच्या त्रासासाठी हिप रिप्लेसमेंट करण्यात आलं... पण अपेक्षित सुधारणा झाली नाही.

औषधं, ताण आणि सततची झुंज—यामुळे त्याच्या किडनीवर परिणाम झाला... आणि एक दिवस डॉक्टरांनी स्पष्ट सांगितलं—"आता डायलिसिस शिवाय पर्याय नाही." डायलिसिस सुरू झालं... आठवड्यातून दोन वेळा... मग तीन वेळा... प्रत्येक सत्र म्हणजे नव्याने जगण्याची झुंज... पण या सगळ्या प्रवासात मिताली खंबीरपणे त्याच्या सोबत उभी राहिली. तिने त्याला फक्त औषधं नाही—तर जगण्याची आशा दिली.

दोघांनी मिळून एक छोटासा उद्योग सुरू केला... आणि आयुष्य पुन्हा सावरायला लागलं. पण नियतीने अजून हार मानली नव्हती...

एका रात्री—मिलिंदचा श्वास घ्यायला त्रास वाढला... ऑक्सिजन लेव्हल—फक्त ४८... हृदय—फक्त २०% कार्यरत... क्षणभर सगळं संपल्यासारखं वाटलं... पण पुन्हा एकदा—मितालीच्या विश्वासाने त्याला धरून ठेवलं. आता मात्र खरी कसोटी होती... डायलिसिस वाढत होतं... मिलिंद दिवसेंदिवस थकत चालला होता... आणि तेव्हाच—मितालीने एक निर्णायक पाऊल उचललं. "मीच त्याला माझी किडनी देणार." घरच्यांचा विरोध... भीती... शंका... पण मिताली ठाम होती. ती शांतपणे म्हणाली—'माझा निर्णय झाला आहे, तो आता बदलणार नाही. आता मला गरज आहे ती तुमच्या सोबतीची आणि पाठबळाची. तपासण्या झाल्या... सर्व प्रक्रिया पूर्ण झाली... आणि अखेर—तो दिवस उजाडला... ऑपरेशनचा दिवस. बाहेर सगळे प्रार्थनेत गुंग... डोळ्यांत अश्रू... हृदयात भीती...

आणि काही वेळानंतर—डॉक्टर बाहेर आले... "ऑपरेशन यशस्वी झालं." त्या क्षणी—मितालीने फक्त किडनी दिली नव्हती... तिने तिचं सौभाग्य परत मिळवलं होतं. तिने मृत्यूच्या दाढेतून आपल्या संसाराला परत आणलं होतं. तिच्या एका निर्णयामुळे—अनेक नाती पुन्हा फुलली... आणि त्या दिवशी—एक सत्य पुन्हा जिवंत झालं—सावित्री आजही जिवंत आहे... फक्त तिचं रूप बदललं आहे.

यमराजाशी नाही... पण नियतीशी लढून जिंकलेली एक आधुनिक सावित्री."त्या दिवशी केवळ एक शस्त्रक्रिया यशस्वी झाली नव्हती...
तर एका स्त्रीच्या निश्चयाने, प्रेमाने आणि त्यागाने मृत्यूवर विजय मिळवला होता.
आजही सावित्री जिवंत आहे—
ती कोणत्याही पुराणात नाही,
ती आपल्या आजूबाजूलाच आहे...

मितालीच्या रूपाने

“निश्चयाचा महामेरू, अवघ्या घराला सावरू...”
धन्य ती पत्नी...
धन्य ती नारी...

मातृत्वाची परीक्षा

जोरात किंचाळण्याचा आवाज आला... सुषमा घाबरून जागी झाली. शेजारच्या बेडवर मेधस्वी—तिची लेक—किंकाळत होती. दुर्दैवाने तोच तिचा एकमेव आवाज होता. राग असो, आनंद असो, वेदना असो—तिच्या प्रत्येक भावनेचं एकच रूप... किंकाळणं. आपल्या बाळाचे बोबडे बोल ऐकण्यासाठी प्रत्येक आई आतुर असते, तोच आवाज सुषमाच्या काळजात धडकी भरवत होता...

लग्नाला चार वर्षं झाली तरी मूल नव्हतं. डॉक्टर, वैद्य, देव—सगळीकडे धावपळ झाली. शेवटी आशा सोडली... आणि एक दिवस—अचानक आलेली चक्कर, उलट्या... तपासणी... आणि कळलं—"मी आई होणार आहे!" त्या क्षणी मनात उफाळलेल्या भावना शब्दांच्या पलीकडच्या होत्या. आनंदाश्रू म्हणजे काय असतात, हे त्या दिवशी सुषमाने अनुभवलं. नॉर्मल डिलिव्हरी झाली... आणि मेधस्वी लक्ष्मीच्या पावलांनी घरात आली. सगळं सुरळीत चाललं होतं... पहिला वाढदिवसही मोठ्या थाटामाटात साजरा झाला. पण दुसऱ्याच दिवशी... ताप... आणि रात्री... तिच्या तोंडातून फेस... निपचित पडलेलं बाळ... डॉक्टरांनी सांगितलं—"फिटमुळे मेंदूवर परिणाम झाला आहे... आता तिची वाढ सामान्य होणार नाही..." एक 'मेंटली चॅलेंज' मुलगी... आयुष्यभरासाठी. त्या क्षणी सुषमाचं जग कोसळलं. पण डॉक्टरांनी धीर दिला—"हे एक चॅलेंज आहे... जितक्या लवकर स्वीकारशील, तितकं सोपं होईल."

दिवस गेले... वर्षं गेली... मेधस्वी मोठी होत गेली—पण तिचं जग तिथेच थांबलं. भूक, तहान, भावना—कशाचीच जाणीव नाही... फक्त किंकाळ्या... सुषमाचं आयुष्यही पूर्णपणे बदललं. तिने नोकरी सोडली. अतुल कामात बुडून गेला. नात्यातली कोमलता हरवली... शिल्लक राहिलं ते फक्त—कर्तव्य. "आमच्याच नशिबात का?" हा प्रश्न तिच्या मनात सतत घुमत राहिला...

मेधस्वी चौदा वर्षांची झाली... आणि सुषमाच्या मनात एक नवीन भीती उभी राहिली—"माझ्या नंतर तिचं काय...?" शेवटी एक कठीण निर्णय घेतला गेला—तिचं गर्भाशय काढण्याचा. हॉस्पिटल... ऑपरेशन थिएटर... आणि अचानक—पुन्हा एक फिट... डॉक्टरांचे प्रयत्न... धडपड... पण... मेधस्वी निघून गेली. चौदा वर्षांच्या संघर्षानंतर... सुषमा पुन्हा एकटी झाली. तिचं संपूर्ण अस्तित्व जिच्याभोवती फिरत होतं, तीच नाहीशी झाली...

मनात अपराधीपणाचं ओझं होतंच... पण काळाच्या ओघात एक जाणीव हळूहळू उमटली—कदाचित भावना व्यक्त करता येत नसल्या, तरी आई-मुलीची नाळ कुठेतरी खोलवर जोडलेली होतीच... म्हणूनच—ती जाताना आईच्या मनातलं अपराधीपणही सोबत घेऊन गेली. सुषमा आजही तिच्या आठवणींमध्ये जगते... त्या किंकाळ्या आता ऐकू येत नाहीत, पण त्या शांततेतही मेधस्वीचा स्पर्श जाणवत राहतो... आता तिच्या डोळ्यांत अश्रू असतात—पण ते फक्त दुःखाचे नसतात... ते असतात जपलेल्या प्रत्येक क्षणाचे, जगलेल्या प्रत्येक वेदनेचे... आणि निभावलेल्या आईपणाचे. कारण तिला उमगलं आहे—आईपण हे फक्त जन्म देण्यात नसतं... ते प्रत्येक श्वासासोबत जगण्यात असतं. ते फक्त आनंदाचं नसतं—ते सहनशक्तीचं, स्वीकाराचं आणि निःशब्द त्यागाचं सर्वात कठीण पण पवित्र रूप असतं...

आणि काही परीक्षा जिंकण्यासाठी नसतातच... त्या फक्त पूर्ण मनाने जगण्यासाठी असतात.

लेख

तेजस्वी प्रवास... एका गुरुजींचा

(आदरांजली – प्रभाकर नथुराम ठाकूर)

माझे बाबा—प्रभाकर नथुराम ठाकूर... नावाप्रमाणेच तेजस्वी, कर्तृत्ववान आणि प्रेरणादायी व्यक्तिमत्त्व.

लहान वयातच आई-वडिलांचं छत्र हरपलं, पण त्यांच्या आजीने त्यांना मायेने, कष्टाने आणि संस्कारांनी वाढवलं. त्या काळातही तिला शिक्षणाचं महत्त्व उमजलं होतं... आणि तिनेच बाबांच्या मनात शिक्षणाची गोडी रुजवली. बाबांनीही त्या विश्वासाला तडा जाऊ दिला नाही.

प्रचंड कष्ट, जिद्द आणि चिकाटीने त्यांनी शिक्षण पूर्ण केलं आणि शिक्षक हा पवित्र पेशा स्वीकारला. मुंबई महानगरपालिकेत शिक्षक म्हणून रुजू झाले, ते केवळ शिक्षकच राहिले नाहीत, तर हजारो विद्यार्थ्यांच्या आयुष्याला दिशा देणारे मार्गदर्शक बनले. “केल्याने होत आहे रे, आधी केलेच पाहिजे” हा त्यांचा जीवनमंत्र होता—आणि त्यांनी तो केवळ बोलला नाही, तर जगून दाखवला.

जिद्द, मेहनत, आत्मविश्वास आणि ध्येयापर्यंत पोहोचण्याची चिकाटी—हे सारे गुण त्यांच्यात ओतप्रोत भरलेले होते. विद्यार्थ्यांचं भविष्य घडवताना त्यांनी समाजसेवेचीही कास धरली. या संपूर्ण प्रवासात माझी आई—सौ. शकुंतला— हिने त्यांना खंबीर साथ दिली. घर, मुलं, संस्कार... सगळं सांभाळून तिने बाबांना बाहेरचं जग जिंकण्यासाठी बळ दिलं.

त्यांच्या कार्याची दखल देशपातळीवरही घेतली गेली—राष्ट्रपती, पंतप्रधान, बजाज व विविध संस्थांचे पुरस्कार, डॉ. बाबासाहेब आंबेडकर यांच्या नावाचे सन्मान इत्यादी

चारशेहून अधिक राष्ट्रीय व आंतरराष्ट्रीय पुरस्कार त्यांच्या नावावर जमा झाले. अशी ही एक गौरवमूर्ती...

“या जन्मावर, या जगण्यावर शतदा प्रेम करावे...” हे गाणं जणू त्यांच्यासाठीच होतं. ते नावालाच निवृत्त झाले होते, पण आयुष्यातून कधीच निवृत्त झाले नाहीत. लेखन, चरित्र रेखाटन, संस्था उभारणी—त्यांचा प्रत्येक क्षण अर्थपूर्ण होता. शिस्तबद्ध जीवन, सकस आहार, व्यायाम आणि पुरेशी झोप—ही त्यांच्या आरोग्याची त्रिसूत्री होती.

पण एक दिवस... नियतीने वेगळाच डाव मांडला. पोटदुखीच्या तपासणीत कळलं—आतड्यांचा कॅन्सर... तोही शेवटच्या टप्प्यात. आम्ही ही गोष्ट त्यांच्यापासून लपवण्याचा प्रयत्न केला, पण त्यांना ती समजलीच... पण त्यांनीच आम्हाला धीर दिला—"आता औषधोपचार खूप प्रगत झालेत, मी लवकर बरा होईन.” त्यांचा सकारात्मक दृष्टिकोन शेवटपर्यंत कायम राहिला.

केमोथेरपी, फुफ्फुसांचा त्रास, डीव्हीटी, रक्तस्त्राव, ताप... एक संपलं की दुसरं संकट उभं राहत होतं. पण हा शेर प्रत्येक वेळी लढत राहिला... परंतु हनुमान जयंतीच्या दिवशी तोल जाऊन पडल्याने त्यांच्या मनालाच धक्का बसला. “आता मला आधाराची गरज लागेल...” या जाणीवेने ते आतून खचले. त्यांना शतायुष्य हवं होतं—पण स्वाभिमानी, स्वावलंबी आणि निरोगी शतायुष्य...

आणि अखेर... अक्षय तृतीयेच्या पवित्र दिवशी त्यांनी या जगाचा निरोप घेतला.

बाबा गेले... पण त्यांची शिकवण, त्यांचे संस्कार, त्यांचं प्रेम—हे सगळं आजही आमच्यासोबत आहे. आजही ते आमच्यातच वावरतात... प्रत्येक निर्णयात, प्रत्येक विचारात... आणि आम्ही नक्कीच तुमची जन्मशताब्दी साजरी करू—तुमच्या कार्याचा, तुमच्या मूल्यांचा वारसा जपत...

बाबांचे शब्द... माझा मार्ग

आज बाबा असते तर... माझ्या लेखन कौशल्याचा त्यांना नक्कीच अभिमान वाटला असता. कदाचित त्यांनीच पुढाकार घेतला असता—हे सगळं लिखाण पुस्तकाच्या रूपात यावं म्हणून... कारण त्यांचं नेहमीच एक ठाम मत होतं—

“लेखन लिहीपर्यंत आपलं असतं, पण ते वाचकांपर्यंत पोहोचलं तरच त्या शब्दांच्या जन्माला खरं अर्थ मिळतो.”

आज ते आपल्या सोबत नसले, तरी त्यांचे विचार, त्यांची शिकवण—माझ्या प्रत्येक शब्दामागे उभी आहे. म्हणूनच हे लेखन फक्त माझं नाही, तर त्यांच्या संस्कारांचं प्रतिबिंब आहे.

मनाच्या लाटांवर...

गर्दीत हरवलेलं एकटेपण

संध्याकाळची वेळ... दिवस आणि रात्रीच्या सीमारेषेवर उभा असलेला तो कातर क्षण. आजूबाजूला माणसांची गर्दी, आवाज, हालचाली... पण तरीही मनात एक वेगळंच रिकामेपण डोकावत राहतं. हे एकटेपण फक्त "एकटं असण्यामुळे" निर्माण होत नाही, तर जोडलेलं असूनही न जुळण्यामुळे जन्म घेतं.

आपल्या आयुष्यात नाती खूप असतात—कुटुंब, मित्र, ओळखी... पण कधी कधी असं जाणवतं, की प्रत्येक नात्याचं एक ठरलेलं "स्टेशन" असतं. प्रवास सुरू असतो... पण एकेक नातं आपापल्या थांब्यावर थांबत जातं... आणि आपण मात्र पुढे सरकत राहतो—कणाकणाने रिकामं होत.

घरातही एखादी "हक्काची" व्यक्ती असते... सगळं काही असूनही, तिथेच नेमके शब्द हरवलेले असतात. मनात खूप काही साठलेलं असतं, व्यक्त व्हायला ओठ शिवशिवतात, पण व्यक्त करताना आपणच स्वतःला रोखतो... किंवा कदाचित—समोरच्यापर्यंत पोहोचेल की नाही, ही शंकाच आपल्या समोर भिंत बनून उभी राहते. असं नाही की समोरची व्यक्ती समजूतदार नसते... तीही प्रगल्भ असते, जाणिवांनी समृद्ध असते. पण म्हणतात ना—"तारा जुळणं" ही वेगळीच किमया आहे.

जेव्हा तारा जुळत नाहीत, तेव्हा संवादाऐवजी विसंवाद वाढतो. अशा वेळी "मौन" हा एक सोपा मार्ग वाटतो. बाहेर शांतता दिसते, वाद टळतात... पण आतल्या मनात विचारांचा गुंता अजून घट्ट होत जातो. मन स्वतःच्याच प्रश्नांमध्ये अडकतं—उत्तरं न सापडता. हा गुंता कधी सुटेल का? कदाचित लगेच नाही... पण कदाचित त्याची सुरुवात "कोणीतरी दुसरा" नाही, तर स्वतःशी साधलेल्या प्रामाणिक संवादातून होईल.

कारण...

गर्दीत हरवलेलं एकटेपण, कधी कधी आपल्यालाच स्वतःकडे परत नेण्यासाठी आलेलं असतं.

गेले जगायचे राहून...

नात्यांची वीण गुंफता-गुंफता, गेले जगायचे राहून आयुष्य...

पन्नाशीच्या उंबरठ्यावर उभी राहून जेव्हा मागे वळून पाहिलं, तेव्हा जाणवलं—ईश्वराने दिलेल्या या सुंदर आयुष्यातील कितीतरी क्षण नकळत निसटून गेले...

फुलपाखरांच्या मागे धावत त्यांना अलगद स्पर्श करायचा होता; वाऱ्याशी स्पर्धा करत मुक्तपणे धावायचं होतं... किनाऱ्यावरच्या लाटांचे तुषार अंगावर घेत भिजायचं होतं; फुललेल्या गुलाबासोबत हसत एक क्षण जपायचा होता...

गड-किल्ल्यांच्या सान्निध्यात इतिहासाशी संवाद साधायचा होता; निसर्गनिर्मित शिल्पांचं सौंदर्य मनभरून अनुभवायचं होतं... मंदिराच्या गाभाऱ्यातील शांततेत स्वतःला शोधायचं होतं, स्थापत्याच्या कलेतून एक वेगळी दुनिया उलगडायची होती...

मुलांमध्ये मूल होऊन जगले, त्यांच्या स्वप्नांना पंख देत राहिले; पण माझी स्वप्नं मात्र हळूच मागे पडत गेली...

आज मात्र केला आहे ठाम निर्धार—सर्व बंधनांच्या साखळ्या तोडून स्वतःसाठी जगायचं आहे मला! मनसोक्त हसायचं, आणि रडावंसं वाटलं तर डोळे भरून रडायचं... प्रत्येक क्षणाला कवटाळून जीवनाचा गोडवा ओंजळीत साठवायचा!

असेन जोवर या पृथ्वीवर, तोवर प्रत्येक दिवस माझाच उत्सव असेल—माझ्या अस्तित्वाचा, माझ्या स्वप्नांचा, माझ्या जीवनाचा...

चहाचा कप

अगदी कळतही नाही, तेव्हापासून चहा आपल्या ओठांशी हितगुज करत आहे... त्या हितगुजाच्या ओघात आपण कधी त्याच्या सवयीचे गुलाम झालो, हेही कळलंच नाही... खरं सांगायचं तर—सकाळी हातात चहाचा पेला आला नाही, तर जणू सकाळच झाली नाही असं वाटतं.

आणि मग... दिवसभरात कितीतरी वेळा तो पुन्हा पुन्हा हातात घ्यावासा वाटतो. आवड म्हणा, गरज म्हणा, किंवा सवय—तो पेला हवाच असतो...

सहज जाता जाता, आलं-वेलचीच्या चहाचा सुगंध नाकाशी येतो, आणि आपोआपच पाय टपरीकडे वळतात... कधी डोळे सुखावतात, कधी मन हरखतं... पण प्रत्येक वेळी चवीने मन सुखावतंच असं नाही.

पण एवढं मात्र खरं—सकाळच्या त्या शांत क्षणी, चहाचा पेला हातात घेऊन सरलेल्या रात्रीच्या आठवणी आणि समोर उभ्या असणाऱ्या दिवसाचं नियोजन मनात हळूच घोंगावत असतं... आणि त्या सगळ्याबरोबर चहाचा एकेक घोट मनात मुरत जातो... चहा कधी एकट्याला सोबत देतो, तर कधी ग्रुपमध्ये गप्पांच्या मैफिलीत रंग भरतो. डोकं दुखत असेल तर तो औषध आणि थकवा असेल तर ऊर्जा बनतो. पाहुण्यांच्या आदरातिथ्यापासून ते टपरीवरच्या कटिंग पर्यंत—चहाने नाती जोडली आहेत.

“मैत्रीच्या या प्रवासात, गप्पांचा तो कोपरा हवा असतो,
कधी साखर कमी, तर कधी आल्याचा तो झणका हवा असतो...
आयुष्यात कितीही प्याली कोल्ड्रिंक्स आली, तरी शेवटी—
मन शांत करायला वाफाळलेला चहाचाच कप हवा असतो!”

“एक चुटकी सिंदूर की कीमत तुम क्या जानो, रमेश बाबू!”

त्याचप्रमाणे—एक घोट चहाची किंमत तुम्ही काय जाणणार राव...?

चहा दर्दींना समर्पित...

गारवा...

उन्हाच्या झळा सध्या खूप जाणवत आहेत. मनस्थिती नीट नसेल, तर त्या उन्हाचा चटका अधिकच तीव्र वाटतो. एकीकडे मनावर बसणारे आणि निमूटपणे सहन करावे लागणारे चटके... आणि दुसरीकडे निसर्गनिर्मित हा उन्हाळा... यापैकी अधिक दाहक कोणता?

मला वाटतं—बाहेरच्या उन्हापेक्षा आतला चटका अधिक दाहक असतो. कारण त्याची जळजळ फक्त ज्याची त्यालाच कळते...

पण या रणरणत्या उन्हात जेव्हा एखादा बहरलेला गुलमोहर दिसतो, तेव्हा त्या लाल फुलांच्या सान्निध्यात मनाला एक वेगळाच गारवा मिळतो... तसंच आपल्या आयुष्यातही काही माणसं असतात—आपल्याला न बोलताही समजून घेणारी...

फक्त त्यांनी सहज विचारलं, “काय गं, चेहरा का उतरलेला दिसतोय?” तरीही मन हलकं होतं. कोणी कोणाचं दुःख पूर्णपणे हलकं करू शकत नाही, पण “मी दुःखी आहे” हे न सांगताही समोरच्याला जाणवणं—हाही मनासाठी एक गारवाच असतो.

रात्री झोपताना नवऱ्याने विचारणं—”आज जरा जास्त दमलेली दिसतेस... बाम लावून देऊ का?” त्या शब्दांनी कधी कधी बामपेक्षाही लवकर आराम मिळतो... किंवा शाळा-कॉलेजमधून आलेल्या मुलाने सहज म्हणणं—”आई, आज भाजी खूप छान झाली होती...” त्या समाधानातही एक गारवा असतो. दुपारच्या वेळेला मैत्रिणीचा फोन, आणि बालपणीच्या आठवणींचा उजाळा— तोही मनाला गारवा देणारा क्षणच

बाहेरचं ऊन आपण पंखा, एसी, कुलर यांच्या मदतीने कमी करू शकतो... पण जिचं आयुष्य फक्त घर आणि आपली माणसं यांच्याभोवती फिरतं, तिच्यासाठी आपणच “गारवा” बनू शकतो. खरं तर त्यासाठी काही मोठं करण्याची गरज नसते—गरज असते ती फक्त संवादाची.

व्हॉट्सअ‍ॅपवर चार मेसेज टाईप करण्यापेक्षा एखाद्या व्यक्तीशी दोन शब्द बोला... एखाद्या व्यक्तीला भेटायला जा... आणि कुणाच्या आयुष्यातल्या गारव्याचं निमित्त बना...

रुसलेली लेखणी

का रे दुरावा? का रे अबोला?
अपराध माझा, असा काय झाला?

आज माझी लेखणीच रुसली होती... माझ्या विचारांना शब्दांचं रूप देण्यास ती नकार देत होती. मी कितीही प्रयत्न केला, तरी शब्द कागदावर उतरायलाच तयार नव्हते. शेवटी मीच विचारलं—"काय झालं तुला?" ती हळूच म्हणाली—"अगं... चोखंदळ वाचक राहिलेच कुठे आहेत? आम्ही हे पांढऱ्याचं काळं करावं तरी कोणासाठी?" क्षणभर मी नि:शब्द झाले...

मनात आलं—"चल, आपणच संपावर जाऊया!" पण लगेचच एक विचार चमकून गेला—"आपण थांबलो, तर कोणाला फरक पडेल का?" लेखक आणि वाचक... एका नाण्याच्या दोन बाजू.

पण हल्ली—एक बाजू इतकी धूसर झाली आहे, की ती दिसेनाशीच झाली आहे... मी तिची समजूत काढत म्हणाले—"असं नाही आहे... अजूनही वाचक आहेत. फक्त ते विखुरले आहेत—काही 'पुस्तकी किडा' सारख्या समूहांत, तर काही शांतपणे पुस्तकांच्या पानांत हरवलेले... हो, संख्या कमी झाली आहे—पण... 'something is better than nothing', नाही का?" ती थोडी शांत झाली...

मी पुढे म्हणाले—"जसं चावणं विंचवाचा धर्म... प्रकाश देणं सूर्याचा धर्म... तसंच लिहिणं—हा तुझा धर्म. तो तू निभाव... वाचकांची, फळाची चिंता करू नकोस." आणि नकळत माझ्या ओठांवर उमटलं—"कर्मण्येवाधिकारस्ते मा फलेषु कदाचन..." क्षणभर शांतता पसरली...

आणि मग—लेखणी पुन्हा हातात सरसावली. शब्द अलगद कागदावर उतरू लागले... कारण तिलाही कळलं होतं—"धर्म निभावणाऱ्यांना, कधी ना कधी, त्यांची वाट पाहणारे नक्कीच सापडतात..." आणि मला खात्री आहे—एक दिवस पुन्हा... वाचक परत येतील, पुस्तकांच्या प्रेमात पडतील... आणि त्या दिवशी—आपल्या नाण्याच्या दोन्ही बाजू पुन्हा एकदा तितक्याच तेजाने झळकतील...

मुलाचे पत्र... अनमोल ठेवा

(वाढदिवसाच्या दिवशी शुभेच्छा अनेक येतात, फोन वाजत राहतात, संदेशांची रेलचेल असते... पण त्या सगळ्यात एक संदेश असा असतो, जो मनाच्या अगदी खोल कप्प्यात जाऊन बसतो. यावर्षी माझ्यासाठी तो संदेश होता—माझ्या मुलाचा... अमेरिकेतून आलेलं त्याचं पत्र.
तो लिहितो)

प्रिय आई / माता / जननी,
आज बोस्टनमध्ये खूप पाऊस पडत आहे. जसा आज मी माझ्या खोलीत बसलो होतो आणि बाहेर पाऊस कोसळत होता, तसंच अचानक मला आपल्या त्या छोट्याशा खोलीची आठवण झाली... आणि तिच्यासोबत तुझीही.
खोली भलेही मोठी झाली असेल, पण त्यासोबत अंतरही खूप वाढलंय. घराची किंमत आणि आईची आठवण – यामध्ये मी अनेकदा अडकून पडतो, आणि नेमकं कोणत्या गोष्टीची जास्त खंत वाटते हेच समजत नाही. ते हवेत विरलेलं तुझं हसू, ते जवळ आणणारं तुझं प्रेम... सगळंच आता एखाद्या दूरच्या स्वप्नासारखं वाटतं.
खोलीतील प्रत्येक कोपऱ्यात एक छोटीशी कहाणी आहे, आणि त्या सगळ्या आठवणींचं एक पुस्तक मी माझ्या मनात जपून फिरतो.
त्या दिवशी एक हिंदी शायरी ऐकली आणि डोळे भरून आले. तिचा अर्थ असा काहीसा—
"रक्ताच्या नात्यांना तोडून आलोय,
शांती समोर होती तरी वळून आलोय,
आई-बाबांच्या सावलीत खजिना होता,
आम्ही काही रुपयांसाठी घर सोडून आलोय."

ते हसू जे कधी हवेत विरलेलं असायचं, आता एखाद्या मंद सुगंधासारखं हरवत चाललंय. तुझ्या हातचं जेवण आता साध्या जेवणाने घेतलंय. तुला मिठी मारणं आता फक्त व्हिडिओ कॉलवर "माते..." असं म्हणण्यात बदललंय.

इथे खूप लोक भेटले, पण आपलेपणा कुठेतरी हरवला आहे.

मला अजूनही आठवतं, जेव्हा अमेरिकेची तयारी सुरू होती, तेव्हा तू नेहमी म्हणायचीस, "देवेश, मी पण येऊ का रे अमेरिकेला?" त्या वेळी मला काय उत्तर द्यावं हेच कळत नव्हतं. आज विचार करता वाटतं—तुझी एखादी साडी आणली असती, तर तिचा कुर्ता शिवून मी संपूर्ण बोस्टन फिरलो असतो. तुला इथे आणता आलं नाही तरी तुझा स्पर्श सोबत ठेवला असता.

इथलं वातावरणही फार स्थिर नाही—कधी पाऊस, कधी ऊन, कधी पानगळ, तर कधी बर्फ. पण एक गोष्ट खरी—आईच्या पदराखाली असताना या सगळ्या गोष्टींचा काहीच परिणाम होत नाही.

इतकं बोललो की पाऊसही थांबला. कदाचित सूर्यालाही पुढे काय बोलतो ते ऐकायचं असेल.

आज या दूर देशात, जिथे तुझं हसू ऐकू येत नाही, तिथे भावना व्यक्त करणं कठीण जातंय. पण तरीही सांगतो—तुझी खूप आठवण येते.

मला वाटतं, तुझ्या जवळ उभं राहावं, तुझ्यासोबत हा खास दिवस साजरा करावा. तू केकवरील मेणबत्ती विझवताना तुझ्या डोळ्यातलं हसू पाहावं, तुला केक भरवावा आणि तुझे आशीर्वाद घ्यावेत.

पण नशिबाने आपल्यात अंतर ठेवलंय... आणि कधी कधी ते सहनही होत नाही.

मला आठवतं, तू क्लिनिकमधून यायचीस—कधी सकाळी, कधी संध्याकाळी. मी इथे ८ तास काम करून येतो तेव्हा वाटतं फक्त झोपावं... पण तू मात्र येऊन जेवण बनवायचीस, मला गरम करून द्यायचीस, आणि "देवेश, मिनी आले" असं प्रेमाने म्हणायचीस. इतकी ताकद तुला कुठून यायची, हे खरंच देवाला माहीत.

तू तुझा वेळ, तुझं आयुष्य माझ्यासाठी दिलंस.

आज मी माझ्या स्वप्नांच्या मागे धावत आहे, पण प्रत्येक यशासोबत थोडीशी कडू जाणीव येते—तू माझ्यासोबत नाहीस.
मला खूप वाटतं, तू बघावंस की तुझा छोटा मुलगा कसा मोठा होत आहे. मला पुन्हा तुझं बोट धरावंसं वाटतं, आणि या अनोळखी वाटांवरून तू मला पुढे न्यायावंसं वाटतं.
पण आज तुला फक्त इतकंच सांगतो—या खास दिवशी माझं सगळं प्रेम, सगळ्या आठवणी आणि सगळ्या भावना तुला पाठवतो.
तू दिलेलं प्रेम, संस्कार आणि त्याग—यामुळे आयुष्यात कितीही अंधार आला तरी प्रकाश कमी होणार नाही.
मी कुठेही असलो तरी माझं मन नेहमी तुझ्यासोबत असेल. मी वचन देतो—मी खूप मेहनत करेन, यश मिळवेन आणि तुला माझा अभिमान वाटेल असंच वागेन.
आणि कधीतरी, जेव्हा मी परत येईन आणि दरवाजा ठोठावेन, तेव्हा “माते...” असं म्हणत तुला घट्ट मिठी मारेन.
तोपर्यंत, तुझी आठवण मनात ठेवतो.
तुझा आवडता (आणि थोडासा न आवडता) मुलगा,
देवेश

(पत्र इथे संपतं... पण माझ्या मनात मात्र ते अजूनही सुरूच आहे.
आई म्हणून आयुष्यात अनेक गोष्टी मिळतात—आनंद, त्याग, कष्ट... पण मुलाकडून मिळालेलं असं प्रेम... हीच खरी वाढदिवसाची भेट असते.
त्या पत्रातील प्रत्येक शब्दात त्याचं बालपण होतं...त्याच्या आठवणी होत्या... आणि माझ्यासाठी असलेलं त्याचं न संपणारं प्रेम होतं...
आज तो माझ्यापासून दूर असला, तरी त्याचं मन अजूनही माझ्या पदराशी गुंतलेलं आहे...आणि कदाचित, यापेक्षा मोठी भेट आईला कोणती असू शकते?)
— एक आई

शेवटचा संदेश

या पुस्तकातील प्रत्येक शब्द, प्रत्येक भावना — माझ्या मनाच्या गाभाऱ्यातून उमटलेली आहे.

कधी आनंदाच्या क्षणी, कधी वेदनेच्या सावलीत, तर कधी आयुष्याच्या शांत वळणावर हे शब्द आकार घेत गेले.

"मनाच्या वाटेवर..." हे पुस्तक म्हणजे माझ्या मनातून तुमच्यापर्यंत पोहोचलेला एक छोटासा प्रवास आहे.

या प्रवासात जर तुम्हाला तुमचे स्वतःचे काही क्षण सापडले असतील,

तुमच्या मनातल्या न बोललेल्या भावनांना स्पर्श झाला असेल —

तर माझ्यासाठी यापेक्षा मोठं समाधान नाही.

आयुष्याच्या धावपळीत कधीतरी स्वतःसाठी थांबा...

मनाशी संवाद साधा...

कारण तिथेच खरी शांतता मिळते.

आपल्या प्रेमासाठी आणि सहवासासाठी मनःपूर्वक धन्यवाद.

— डॉ. माधुरी

लेखिकेचा परिचय

डॉ. माधुरी सुर्वे या मनाच्या गाभाऱ्यातून उमटणाऱ्या भावनांना शब्दरूप देणाऱ्या संवेदनशील लेखिका आहेत.
त्यांच्या लेखनात आयुष्याच्या विविध छटा, नात्यांची गुंतागुंत, वेदना, आनंद आणि अनुभवांची प्रामाणिक अभिव्यक्ती दिसून येते.

कथा, कविता आणि लेख या तिन्ही माध्यमांतून त्या वाचकांशी एक हृदयस्पर्शी संवाद साधतात. त्यांच्या शब्दांमध्ये साधेपणा असला तरी त्यामागची भावना खोल आणि प्रभावी आहे.

त्यांचं लेखन हे केवळ वाचण्यासाठी नसून, वाचकाला स्वतःच्या मनाशी संवाद साधायला, आयुष्य नव्याने समजून घ्यायला आणि भावनांना ओळखायला प्रेरित करणारं आहे.

"मनाच्या वाटेवर... शब्दांशी संवाद" या त्यांच्या पुस्तकातून वाचकांना जीवनातील सूक्ष्म भावविश्वाचा एक जिवंत आणि अनुभवसंपन्न प्रवास घडतो.

www.ingramcontent.com/pod-product-compliance
Lightning Source LLC
LaVergne TN
LVHW090426210926
848480LV00002B/710